தலைவலி
பாதிப்புகளும் தீர்வுகளும்

டாக்டர் ஜெ.பாஸ்கரன்

தலைவலி: பாதிப்புகளும் தீர்வுகளும்
டாக்டர் ஜெ.பாஸ்கரன் ©

சுவாசம் பதிப்பகம்

Thalaivali: Paathippugalum Theervugalum
by Doctor J.Bhaskaran ©

First edition: Aug 2022
ISBN: 978-81-957524-8-5
Title Number: Swasam 010

Published by:
Swasam Publications Private Limited,
52/2, Near B.S Mahal, Ponmar,
Chennai, Tamil Nadu – 600127
Email: swasam.publications@gmail.com

Printed by: Adyar Students Xerox, Chennai - 600 002.

To buy the book: Swasam Bookart - +91-8148066645
Website: https://www.swasambookart.com/

உள்ளே...

	முன்னுரை	- 05
1.	தலைவலி ஓர் அறிமுகம்	- 07
2.	தலைவலி: வரலாற்றுத் தடங்கள்	- 10
3.	தலைவலியின் பின்னணி	- 17
4.	வலி அறிதல்: எங்கே எப்படி?	- 22
5.	தலைவலி: வகைகளும் காரணிகளும்	- 24
6.	மைக்ரெய்ன் தலைவலி	- 30
7.	கிளஸ்டர் அல்லது கொத்துத் தலைவலிகள்	- 49
8.	டென்ஷன் தலைவலி	- 55
9.	நாள்பட்ட தினசரித் தலைவலி / காலைத் தலைவலிகள்	- 62
10.	குழந்தைகள் / பதின்ம வயதினருக்கு வரும் தலைவலிகள்	- 66
11.	ஐம்பது வயதுக்கு மேல் புதிதாக வரும் தலைவலி	- 71
12.	காரணத் தலைவலிகள்	- 75
13.	தலைவலி - பிற தகவல்கள்	- 101

சமர்ப்பணம்

அன்னையின் தலைவலிக்குப்
புலிப்பால் கொண்டுவந்த என் ஐயனின்
பொன்மலர்ப் பாதக் கமலங்களுக்கு.

முன்னுரை

'ஒரே டென்ஷனா இருக்கு. தலைவலி மண்டயப் பிளக்குது. சூடா ஒரு கப் காப்பி குடிச்சா தேவலை...'- இப்படி, நாமே ஒரு தடவையாவது சொல்லியிருப்போம். மற்றவர்கள் சொல்வதையும் கேட்டிருப்போம்.

அத்துடன், சாதாரண பள்ளிக்கூட மாணவர்களிலிருந்து உயர்பதவியில் இருப்பவர்கள் வரை, தங்களது இயலாமையை மறைத்துக்கொள்ள ஒரு காரணமாக இருப்பது தலைவலிதான். அதேபோல், மாமியார் மருமகள், கணவன் மனைவி, காதலன் காதலி போன்ற தவிர்க்கமுடியாத உறவுகள்கூட, விருப்பமில்லா நேரங்களில் தஞ்சமடைவது இந்தத் தலைவலியில்தான். ஆக, சமூகத்தில் வேறு எந்த வலிகளையும்விட தலைவலிக்கு என்று ஒரு 'மரியாதை' இருக்கிறது.

மனிதர்களாகப் பிறந்த நம் எல்லோருக்கும் ஏதோ ஒரு சூழ்நிலையில் தலைவலி ஏற்படுவது மிகச் சாதாரணமான ஒன்று. காரணமே இல்லாமல் வரக்கூடிய தலைவலிகள் உண்டு. தலைவலிக்கு இதுதான் காரணம் என்று சொல்லக்கூடிய வகையிலான தலைவலிகளும் உண்டு.

எது எப்படி இருந்தாலும், தலைவலியா, அருகில் இருக்கும் மருந்துக்கடைக்குப் போய், ஏதோ ஒரு மாத்திரையை வாங்கிப்போட்டு அப்போதைக்கு தலைவலிக்குத் தாற்காலிக நிவாரணம் தேடும் நிலையில்தான் பெரும்பாலான மனிதர்கள் இருக்கிறார்கள். இதில், ஏழை பணக்காரன், படித்தவன் படிக்காதவன், ஆண் பெண் என்ற பாகுபாடெல்லாம் கிடையாது.

அவர்களைப் பொருத்தவரை, அப்போதைக்குத் தலைவலியிலிருந்து விடுதலை பெறவேண்டும். இந்த

இடத்திலிருந்துதான் அவர்களின் அறியாமை தொடங்குகிறது.

இதில் ஆபத்து என்னவென்றால், உடனடி நிவாரணத்துக்கு எடுத்துக்கொள்ளும் மாத்திரைகள், மிகச் சாதாரணமான அல்லது எளிதில் குணமாகக்கூடிய தலைவலியாக இருப்பதை, மிகத் தீவிரமான தலைவலியாக மாற்றிவிடக்கூடும். அத்துடன், விரும்பத்தகாத வேறு பக்க/பின் விளைவுகளையும் ஏற்படுத்திவிடலாம். அத்துடன், எத்தைத் தின்றால் பித்தம் தெளியும் என்ற இயலாமையில் இருக்கும் மனிதர்களை, என்னிடம் தலைவலிக்கு நிவாரணம்/சிகிச்சை இருக்கிறது என்று சொல்லி ஏமாற்றும் பேர்வழிகள் நிறையபேர் இருக்கிறார்கள்.

அந்த வகையில், மக்களிடையே போதுமான விழிப்புணர்வும், எச்சரிக்கை உணர்வும் ஏற்பட வேண்டும். அதற்கு, தலைவலியைப் பற்றிய அடிப்படைத் தகவல்களைத் தெரிந்துகொள்வது மிகவும் அவசியம். வேண்டாத சிகிச்சை முறைகள், தேவையற்ற மருந்துகள், வாழ்க்கையின் நல்ல தருணங்களின் இழப்பு, திறமைகளின் வீச்சுக் குறைவு போன்றவற்றைத் தவிர்க்க, தலைவலி பற்றிய ஓர் ஆதாரபூர்வமான அறிவு நமக்குத் தேவை.

அதற்கு ‘தலைவலி: பாதிப்புகளும் தீர்வுகளும்’ என்ற இந்தப் புத்தகம், உங்களுக்கு ஒரு சிறந்த வழிகாட்டியாக நிச்சயம் இருக்கும்.இதில்,மக்களிடையே மிக அதிகமாகக் காணப்படும் ஒற்றைத் தலைவலி எனப்படும் மைக்ரெய்ன், டென்ஷன் தலைவலி, நரம்பு மண்டலக் குறைபாடுகளால் ஏற்படும் தலைவலிகளைப் பற்றி விரிவாகச் சொல்லப்பட்டுள்ளன. படித்துப் பயன்பெறுங்கள்.

அன்புடன்,
டாக்டர். ஜெ. பாஸ்கரன்

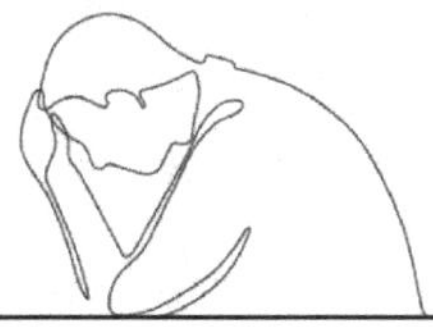

1

தலைவலி - ஓர் அறிமுகம்

மனிதர்களுக்கு வயது வித்தியாசம் பார்க்காமல் ஏற்படக்கூடிய உடல் நோய்களில் தலைவலிக்கு முதலிடம் தரலாம். தலைவலி ஏற்படுவதற்குப் பல காரணங்கள் இருக்கின்றன. காரணமே தெரியாமலும் (மைக்ரெய்ன் போன்றவை) தலைவலி உண்டாகலாம்.

இதில் யதார்த்தமான உண்மை என்னவென்றால், யாருக்கு, எப்போது, என்ன வகையான தலைவலி வரும் என முன்கூட்டியே கணிக்கமுடியாது. திடீரென்று வரும். பகலில், இரவில், பரிட்சைக்கு முன்பு, அலுவலகத்தில் முக்கியமான ஆலோசனைகளின் போது, மாதவிலக்குக் காலங்களில் என எந்த நேரமும் தலைவலிக்கு விலக்கு இல்லை.

> ரத்தக் குழாய்கள் எந்தப் பக்கம் பாதிக்கப்படுகின்றனவோ அந்தப் பக்கமே தலைவலி வருகிறது.

தூக்கம் கலைத்து, வலி பொறுக்கமுடியாமல் கண்ணீர் பொங்க அழவைக்கும் தலைவலிகளும் உண்டு. வலியின் வீரியம் தாங்காமல், தற்கொலை செய்துகொள்ளத் தூண்டும் தலைவலிகளும் உள்ளன என்பது அதிர்ச்சி தரக்கூடியது.

ஒவ்வொருவருக்கும் ஒவ்வொரு மாதிரியான தலைவலி ஏற்படக் கூடும். சிலருக்குத்

தலையில் பெரிய பாறாங்கல்லைத் தூக்கி வைத்ததுபோல் பயங்கரமாகக் கனக்கும். தலைபாரம் பொறுக்கமுடியாது. தலையே சுக்குநூறாக நொறுங்கிவிட்டால்கூட தேவலாம் என்பதுபோல் இருக்கும். 'போதுமடா சாமி!' என்று நினைக்கத் தோன்றும்.

சிலருக்கு நெற்றி, நெற்றிப்பொட்டு, கன்னம், கண்களுக்குக் கீழ் அதன் தொடர்ச்சியாகக் காது வரை வலி பரவியிருக்கும். அந்தப் பகுதிகளைத் தொட்டு அழுத்தினால் கடுமையான வலியுணர்வு தோன்றும். பரிசோதனைக்காக வலியிருக்கும் இடங்களில் லேசாக அழுத்தினால்கூட, தாரைதாரையாகக் கண்ணீர்வடிக்கும் அளவுக்குக் கொடுமையான வலியை அனுபவித்துக் கொண்டிருப்பார்கள்.

திடீரென்று தோன்றும் தலைவலிகள் (முக்கியமாக வயதானவர்களுக்கு) தலையில் யாரோ கட்டையால் அடித்ததைப்போல், தலைக்குள் இடி இடித்தாற்போல், மிகக் கடுமையாக வரக்கூடும். இவ்வகைத் தலைவலிகள் ஆபத்தானவை; உடனே கவனிக்கப்பட வேண்டியவை. சிலருக்கு அது ஒற்றைத் தலைவலி (மைக்ரெய்ன்) வடிவில் இருக்கலாம். வேறு சிலருக்கோ கொத்துத் தலைவலி வடிவில் இருக்கலாம்.

இரவு முழுதும் குடித்துவிட்டு, மறுநாள் காலை இடிக்கும் தலைவலியுடன் அவதிப்படுபவர்களைப் பார்த்திருக்கிறோம். இது, 'ஹேங்க் ஓவர்' தலைவலி. மதுவில் இருக்கும் நச்சுப் பொருள்களால் வருவது.

சின்ன குழந்தைகள், இளஞ்சிறார்கள், வாலிப வயதினர், தள்ளாத முதிய வயதினர் என யாருக்கும் தலைவலி வரலாம். ஆண், பெண், மூன்றாம் பாலினருக்கும் மத்தியில் எந்த வேற்றுமையும் பாராமல் இருக்கும் ஒற்றுமைகளில் முதன்மையானது, தலைவலி.

பலருக்கு நாள்கணக்கில், வாரக்கணக்கில், ஆண்டுக்கணக்கில் தலைவலி தொடர்ச்சியாக ஏற்பட்டுக்கொண்டேயிருக்கும். மருந்து மாத்திரை, சிகிச்சை, உணவு மாற்றங்கள் என எந்தவொரு நடவடிக்கைக்கும் அடங்காமல், இவர்கள் தொடர்ந்து தலைவலிக்கு ஆளாக நேரிடலாம். அப்படி யென்றால், இவர்கள் நிலை என்ன? இங்கேதான் மனநிலை

ஆய்வாளர்கள், மனோதத்துவ நிபுணர்கள், மனநல மருத்துவர்களின் உதவி அவசியமாகிறது.

உங்களுக்குத் தெரியுமா, நீங்கள் இந்தப் புத்தகத்தைப் படித்துக் கொண்டிருக்கும் இதே நேரத்தில், உலகின் அனைத்து நாடுகளிலும் கணக்கெடுத்துக்கொண்டால் அவற்றில், உடம்புக்கு முடியவில்லை என்று மருத்துவர்களை அணுகும் மூன்றில் ஒருவர், தலைவலிக்கு நிவாரணம் கேட்டுச் செல்பவர்கள் என்று. இது முழுக்க முழுக்க நிஜம். உலகச் சுகாதார அமைப்பு சமீபத்தில் மேற்கொண்ட ஆய்வில் இந்த விஷயம் உறுதிசெய்யப்பட்டுள்ளது. உலக நாடுகளில் அன்றாடம் மருத்துவ சிகிச்சைக்காகச் செல்பவர்களின் மொத்த எண்ணிக்கையில் *33* சதவீதம் பேர், தலையில் உண்டாகும் வலி காரணமாகத்தான் செல்கின்றனர். சிலருக்கு அவர்களது வாழ்க்கை முறை, சிலருக்குப் பரம்பரை காரணம். சிலருக்கு விபத்து, இன்னும் சிலருக்கு நோய்களால் உடலில் ஏற்பட்ட பாதிப்புகள்.எஞ்சியவர்களோ தலைவலிக்கான காரணத்தை அறியாதவர்கள். இதுதான் மருத்துவ உலகம் கூறும் உண்மை.

தலைவலியைப் பற்றி அடுத்து வரும் அத்தியாயங்களில் விரிவாகத் தெரிந்துகொள்ளப் போகிறீர்கள். தலைவலிக்கான காரணங்கள், பரிசோதனைகள், சிகிச்சை முறைகள் பற்றி முழுமையாக அறிந்துகொள்வீர்கள். அதன்பின், தலை வலியைத் தைரியமாக எதிர்கொள்ளத் துணிந்து விடுவீர்கள். உங்களது சந்தேகங்கள், கேள்விகளுக்கான விடைகளும் இந்தப் புத்தகத்திலேயே கிடைத்துவிடும்.

வாருங்கள், புத்தகத்திற்குள் போவோம்.

2

தலைவலி: வரலாற்றுத் தடங்கள்

தலைவலிக்கு, தொன்மையான வரலாற்றுப் பரிமாணங்கள் இருக்கின்றன.

பண்டைய இந்தியாவில், தலைவலி என்பது இறைவன் அளிக்கும் தண்டனையாகக் கருதப்பட்டது.

பொ.மு.5000ம் காலகட்டத்திலேயே, மனிதர்களது மனம், உடல், ஆத்மா ஆகியவற்றைப் பொருத்து, அவர்களுக்குத் தலைவலி உண்டாவதாக ஆயுர்வேத மருத்துவத்தில் குறிப்பிடப்பட்டுள்ளது.

ஸர்ப்பகந்தா (ராவல்ஃபியா சர்பென்டைனா) என்னும் மூலிகைத் தாவரம், தலைவலியைக் குணப்படுத்துவதற்கான மருந்தாக அந்தக் காலத்திலேயே பயன்படுத்தப்பட்டுள்ளதைப் பல்வேறு ஆய்வுகள் தெரிவிக்கின்றன.

ரஸசந்திரிகாவதி, மகாலஷ்மி விலாச ரஸா, கனாபிஸ் (ஒருவகை போதைப்பொருள் உள்ள சணல்வகைச் செடி) போன்றவை தலைவலிக்கு மருந்தாக உபயோகப்படுத்தப்பட்டன. கிராம்பு, இஞ்சி, வெற்றிலை, பூண்டு போன்றவையும் மருந்துப் பொருள்களாகப் பயன்பட்டன.

தலைவலிக்கு கழுத்து, தோள்பட்டை, முகம் போன்ற இடங்களில் மருத்துவக் குணமுள்ள

எண்ணெய்களால் மசாஜ் செய்துவிடுதல், உணவுகளில் இனிப்பு வகைகள், சூடான பசும்பால், சூடான சாதம் ஆகியவற்றை மட்டும் உட்கொள்ளும் பழக்கம் போன்றவை நீண்ட நெடுங்காலமாக நம் மக்களிடையே இருந்துள்ளன. உணவுப் பத்தியம், யோகாசனப் பயிற்சிகள், ஆயுர்வேத சிகிச்சை, உடல் மசாஜ் போன்ற பல்வேறு சிகிச்சைமுறைகளும் தலைவலியைப் போக்குவதற்காகப் பின்பற்றப்பட்டுள்ளன.

பொ.மு.3000 ஆண்டுகளில், யோகாசனப் பயிற்சிகள், மூச்சுப் பயிற்சி (பிராணாயாமம்), உணர்ச்சிகளை அடக்குதல் (பிரத்யாகாரம்), தியானம் போன்றவையும்; கர்நாடக இசை ராகங்களான மோகனம், நடபைரவி, தோடி, பூர்வீ, ஜெய்ஜெய்வந்தி போன்றவையும், ராகம் தாளம் சேர்ந்த வேத ஒலிகளும் தலைவலிக்கு நிவாரணம் அளிப்பதாகக் கருதப்பட்டன!

2000 ஆண்டுகளுக்கு முன், 'ஷிரரோகா' எனத் தலைவலியைக் குறிப்பிட்டுள்ளனர். உடலில் ஏற்படும் 'தோஷங்களால்' தலைவலி வருவதாக அந்தக் காலத்து மருத்துவர்கள் விவரித்துள்ளனர். பொ.மு.1400-2000க்கு இடைப்பட்ட காலத்தில், அதர்வண வேதத்தில் 'பாங்கா' என்னும் மூலிகையும், சுஸ்ருத சம்ஹிதாவில் 'கனாபிஸ்' எனும் சணல்வகைத் தாவரமும், தலைவலிக்கும் படபடப்புக்கும் மருந்துகளாகச் சொல்லப்படுகின்றன.

பொ.மு.300ல், 'சரகா' எனும் பண்டைய மருத்துவ நிபுணர், தலைவலியை பிரகோபிதா வாயு, வாதம், கபம் ஆகிய மூன்று தோஷங்களால் ஆன வியாதியாக விவரித்துள்ளார்.

'மருத்துவத்தின் தந்தை' என்றழைக்கப்படும் கிரேக்க மேதையான ஹிப்போக்ரடீஸ் (பொ.மு.461-377), ஒற்றைத் தலை வலி பற்றி முதன்முறையாக விவரித்துள்ளார். ஒற்றைத் தலைவலியின் போது, முன்கண்களில் தோன்றும் சமிக்ஞைகளை விவரித்தார். வலது கண்ணில் மின்னும் ஒளியைத் தொடர்ந்து, தலைப் பொட்டில் வலியாக ஆரம்பித்து, தலை முழுவதும் பரவி,

ஹிப்போக்ரடீஸ்

கழுத்துக்குச் செல்வதாக அவர் கூறியுள்ளார். மேலும், உடற்பயிற்சி, உடலுறவு போன்றவற்றுடன் தலைவலிக்குத் தொடர்பு இருப்பதாகவும் ஹிப்போக்ரடீஸ் குறிப்பிடுகிறார்.

மனித உடலில் சுரக்கக்கூடிய ஜீரண நீர், பித்த நீர் மற்றும் ஜீரண சக்தி ஆகியவற்றில் ஏற்படும் மாற்றங்களாலும் தலைவலி வருவதாக அவர் நம்பினார். வயிற்றிலிருந்து தலைக்குச் செல்லும் அமிலப் புகையினால் ஒற்றைத் தலைவலி ஏற்படுவதாகவும், வாந்தி எடுப்பதால் தலைவலி குறைவதாகவும் ஹிப்போக்ரடீஸ் விளக்கியுள்ளார்.

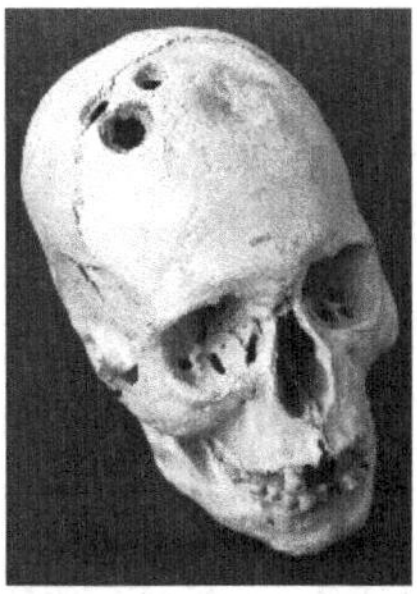

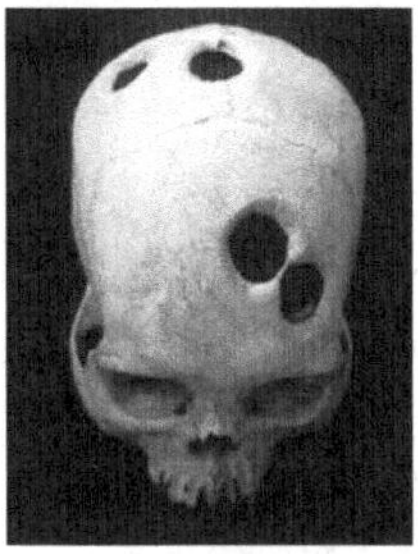

கபாலத்தில் போடப்பட்ட துளைகள்

சுமார் 2,000 வருடங்களுக்குமுன் வாழ்ந்த ரோமானிய மருத்துவர் காலன், 'தலைவலியின்போது வயிற்றில் மஞ்சள் நிறத்தில் பித்தநீர் சேர்ந்திருப்பதும், வாந்தியாக அந்த நீர் வெளியேறியவுடன் தலைவலி குறைந்துவிடுவதையும் நாம் பார்க்கலாம்' என்று குறிப்பு எழுதி வைத்துள்ளார்.

கற்காலத்திலேயே (பொ.மு. 7,000), தலை வலிக்கு நரம்பியல் அறுவை சிகிச்சை செய்யப்பட்டுள்ளது. கபாலத்தின் ஒரு பகுதியில் துளைகளிடப்பட்டு (NeolithicSkulls), தலைவலிக்குக் காரணமான பேய்களும் பிசாசுகளும் தலையிலிருந்து விடுவிக்கப்படுவதன் மூலம் தலைவலி குணமாகும் என்று கருதப்பட்டது!

தலைவலி, வலிப்புகள், மனநோய் ஆகியவற்றுக்கு துர்தேவதைகள் காரணம் என்றும் நம்பப்பட்டது. ஒற்றைத் தலைவலிக்கு, 17ம் நூற்றாண்டில்கூட தலையில் துளையிடும் முறையைக் கொண்டு சிகிச்சை அளித்திருக்கிறார்கள்!

எகிப்தியர்கள், தானியத்தை வாயில் கொண்ட களிமண் முதலை பொம்மை ஒன்றை நோயாளியின் தலையில் ஒரு சிறு துணி கொண்டு கட்டுவார்கள். அந்தத் துணியின் மீது தாங்கள் நம்புகிற கடவுளர்களின் பெயர்களை எழுதிவிடுவார்கள். அதைத் தொடர்ந்து,

பாதிக்கப்பட்டவருக்கு இருந்த தலைவலியும் குறைந்துவிடுமாம். ஒருவேளை, பாதிக்கப்பட்டவரின் தலையில் இறுக்கப்பட்ட துணி தலைவலிக்கு இதமாக இருந்து, தலைக்குள் விரிவடைந்திருந்த ரத்தக் குழாய்களைக் குறுக்கியதால் வலி குறைந்திருக்கலாம்!

ஆப்பிரிக்கக் கண்டத்தில், தலைவலியைக் குணப்படுத்துவதற்காக மூலிகை மருந்துகள், தலைப் பகுதியில் இருந்து ரத்தம் வெளியேற்றுதல், கழுத்துப் பட்டை அணிதல், நெருப்பினால் சூடுபோடுதல் போன்ற சிகிச்சை முறைகள் வழக்கத்தில் இருந்திருக்கின்றன.

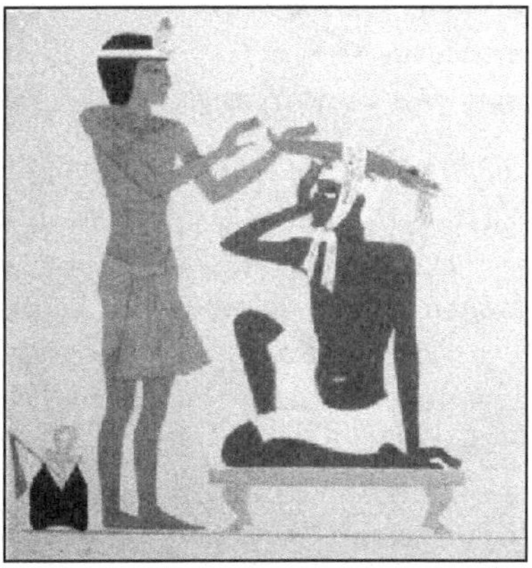

களிமண் முதலை பொம்மை வைத்து சிகிச்சை

இ ஸ் ல ா மி ய ர் க ள் , கன்னாபிஸ் செடியின் சாற்றை நோயாளிகளின் மூக்கில் விடுவதால் ஒற்றைத் தலைவலி குறைவதாக எழுதி வைத்துள்ளனர்!

சீனாவில் 3000 ஆண்டுகளுக்கு முன் மூலிகைகள், அக்குபங்சர், சீ காங் சிகிச்சை முறை ஆகியவை பயன்பாட்டில் இருந்துள்ளன. தலைவலிக்கு அக்குபங்சர் சிகிச்சை முறை உடனடி நிவாரணம் அளிப்பதாக நம்பப்பட்டது. நெற்றி, நெற்றிப்பொட்டு போன்ற முக்கியமான புள்ளிகளில் அக்குபங்சர் செய்வதால், எல்லா வகைத் தலைவலிகளும் தீர்க்கப்படுவதாகவும் நம்பப்பட்டது.

பொ.மு.4000-3000 ஆண்டுகளுக்கு இடைப்பட்ட மெசபடோமியன் கவிதை ஒன்று

> ‘தலைவலி
> பாலைவனத்தில் அடிக்கும் காற்றாகச் சுழல்கிறது;
> மின்னலாக வெளிச்சம் காட்டுகிறது;
> புல் வெட்டுபோல் வெட்டுகிறது’.

என்று விவரிக்கிறது!

பின்ஜன் ஹில்டிகார்ட் (பொ.யு.1098-1180) என்னும் கிறிஸ்தவ செவிலியர், தன் புத்திசாலித்தனத்தினாலும் படிப்பறிவினாலும், தலைவலியின்போது தனக்குள் தோன்றும் 'காட்சிகளை' வரைந்து, அனுபவங்களையும் தெளிவாக விவரித்துள்ளார்.

மருந்தில் நனைக்கப்பட்ட ரொட்டித் துண்டுகள் அல்லது வெள்ளைக் களிமண், தலையில் 'பத்தாக'ப் போடப்பட்டது! ஓபியம், வினிகர் போன்ற திரவங்களும் தலைவலியைப் போக்க உபயோகப்படுத்தப்பட்டன!

1660ல், வில்லியம் ஹார்வி என்பவர், தீராத ஒற்றைத் தலைவலிக்கு, நோயாளியின் தலையில் துளையிடுவதை ஒரு சிகிச்சைமுறையாகப் பின்பற்றியுள்ளார்.

1672ம் ஆண்டில், தாமஸ் வில்லிஸ் என்ற மருத்துவ நிபுணர், நரம்பு மண்டலத்துக்கு 'நியூராலஜி' என்று முதன்முதலாகப் பெயரிட்டார். மைக்ரெய்ன் என்று ஆங்கில மருத்துவத்தில் கூறப்படும் ஒற்றைத் தலைவலிக்கான காரணங்களைப் பற்றியும் மிகத் தெளிவாக எழுதியுள்ளார். பரம்பரை, பருவம், உணவு வகைகள், தட்பவெப்பநிலை மாற்றங்கள் ஆகியவற்றைக் காரணங்களாக அவர் விவரித்தார். மேலும், தலைப்பகுதியில் உள்ள ரத்தக் குழாய்கள் விரிவடைவதாலும், நரம்புகள் இறுகுவதாலும் (Vascular Theory) மைக்ரெய்ன் தலைவலி வரலாம் என்றும் குறிப்பிட்டுள்ளார்.

1770ம் ஆண்டில், ஏராஸ்மஸ் டார்வின் என்ற மருத்துவ அறிஞர், ரத்தக் குழாய்கள் விரிவடைவதால் தலைவலி ஏற்படுவதாக நம்பினார். அதன் காரணமாகவே, தன்னிடம் சிகிச்சைக்கு வரும் நோயாளிகளை சென்ட்ரிஃப்யூஜ் எனப்படும் கருவியில் (மைய விலக்கு விசையைத் தோற்றுவிக்கக்கூடிய குடைராட்டினம் போன்ற கருவி) உட்கார வைத்துச் சுற்றிவிடுவார். அப்போது, நோயாளியின் தலையில் அதிகப்படியாக இருக்கும் ரத்தம், உடலின் கீழ்ப்பகுதிக்குச் செல்வதால் தலைவலி குறையும் என்று கூறினார்.

1778ல், ஜான் ஃபாதர் கில் என்பவர், தலைவலிக்கு முன் கண்ணில் தோன்றும் சமிக்ஞைகளை 'ஃபோர்டிஃபிகேஷன் ஸ்பெக்ட்ரா' என்று பெயரிட்டார். (மின்னல்போல் பளீரெனக் கட்டம் கட்டமாகத் தெரிவது ஒரு சமிக்ஞை).

1783ல், சாமுவேல் டிஸ்ஸாட் என்பவர், மைக்ரெய்ன் என்கிற ஒற்றைத் தலைவலிக்கும், சாதாரண தலைவலிக்கும் உள்ள வேறுபாடுகளைக் கண்டு அறிவித்தார்.

1787ல், கிறிஸ்டியன் பௌளர் என்பவர், 84 வகைத் தலைவலிகளை விவரித்து, அவற்றைக் காரணம் தெரியாத தலைவலிகள், காரணத் தலைவலிகள் என்று இரு பெரும் பிரிவுகளாகப் பிரித்தார்.

ஜார்ஜ் க்ருக்ஷாங்க் (1819), எட்வர்ட் லிவிங் (1873) ஆகியோர், 'எர்காட்' என்னும் ரசாயனப் பொருள், ரத்தக் குழாய்களைச் சுருக்குவதாகவும், அதனால் தலைவலி குறைவதாகவும் கூறினர்.

1873ல் எட்வர்ட் லிவிங், ஒற்றைத் தலைவலியையும், அது தொடர்பான வேறு சில நோய்களையும் 'நரம்பு மண்டலப் புயல்கள்' என விவரித்தார். முதன்முறையாக, மூளையின் செயல்பாடுகளில் ஏற்படும் பாதிப்பால் ஒற்றைத் தலைவலி ஏற்படுவதாகச் சுட்டிக்காட்டினார். மேலும், மைக்ரெய்ன் தலைவலியும் வலிப்பும் ஒன்றுக்கொன்று தொடர்புடையவை என்றும் குறிப்பிட்டார். மூளையின் அதிர்வுகள் பாதிக்கப் படுவதால் இந்த இரு பாதிப்புகளும் வருவதாக நம்பினார். அவரது இந்தக் கூற்று, ஒற்றைத் தலைவலிக்கும் ரத்தக் குழாய்களுக்கும் உள்ள தொடர்பு குறித்து முன்னர் நிலவிய கருத்திலிருந்து முற்றிலும் மாறுபட்டதாக இருந்தது.

1886ல், அட்லாண்டாவைச் சேர்ந்த ஜான் பெம்பர்டன் என்பவர், தான் கண்டுபிடித்த ஒரு மருந்துக் கலவையை, தலைவலிக்கான மருந்தாக சோடாவுடன் கலந்து நோயாளிகளுக்குக் கொடுத்தார். அதில் நோயாளிகளுக்கு நிவாரணம் கிடைத்ததால், அவரது மருந்து ஐந்து சென்ட்டுகளுக்கு எல்லா சோடாக் கடைகளிலும் விற்பனை செய்யப்பட்டது.

1888ல், வில்லியம் கோவர்ஸ் என்பவர், முதன்முதலாக நரம்பியல் தொடர்பான புத்தகம் ஒன்றை (A manual of diseases of the nervous system) எழுதினார். அதில், மைக்ரெய்ன் தலைவலிக்கு சிகிச்சையாக, சத்தான உணவின் அவசியத்தை விளக்கி, நைட்ரோகிளிசரின் மற்றும் ஆல்கஹால் கலந்து 'கோவர்ஸ் மிக்ஸர்' என்ற மருந்தையும் உருவாக்கினார். அத்துடன், மைக்ரெய்ன் தடுப்புமுறைகளையும், நீண்ட காலத்துக்கு மருந்துகள் உட்கொள்ளவேண்டியதன் அவசியத்தையும் அந்தப் புத்தகத்தில் குறிப்பிட்டிருந்தார்.

20ம் நூற்றாண்டில்

1908ல், பால் எஹ்லிக் என்பவர், மூளையில் உள்ள சில ரிசப்டார்களும், நோய் எதிர்ப்பு சக்தியில் ஏற்படும் மாற்றங்களுமே மைக்ரெய்ன் தலைவலிக்கு முக்கியக் காரணங்கள்

என்று கண்டுபிடித்தார். அதற்காக, மருத்துவத்துக்கான நோபல் பரிசையும் வென்றார்.

1930ல், ஹெரால்ட் உல்ஃப் என்பவர், பல்வேறு பரிசோதனைகள் மூலம், மூளைப் பகுதியில் இருக்கும் ரத்தக் குழாய்களில் ஏற்படும் மாறுதல்களே ஒற்றைத் தலைவலிக்குக் காரணம் என்றார்.

பால் எஹ்ரலிக்

ரத்தத்தின் பிளேட்லெட்டுகளில் இருந்து (ரத்தம் உறைவதற்குக் காரணமான ரத்த செல்கள்) வெளியாகும் 'சிரடோனின்' என்ற ரசாயனப் பொருள், தலைவலிக்குக் காரணமாகக் கூறப்பட்டது. டாக்டர் பேட்ரிக் ஹம்ப்ரீ என்பவர் இதைப் பயன்படுத்தி, சிரடோனின் உபயோகங்களுடன், மிகக் குறைவான பக்கவிளைவுகளைக் கொண்ட 'டிரிப்டான்ஸ்' (Tryptons) எனப்படும் புதுவகை மருந்தைக் கண்டுபிடித்தார். இன்று, மைக்ரெய்ன் தொல்லையிலிருந்து பலருக்கு விடுதலை அளிக்கக்கூடிய முக்கிய மருந்தாக இது விளங்குகிறது.

ஹெரால்ட் உல்ஃப்

ஆஸ்திரேலியாவில் உள்ள 'ப்ரின்ஸ் ஹென்றி' என்ற ஆய்வுக்கூடம், 'தலைவலி ஏன், எதனால் ஏற்படுகிறது?' என்பதற்கான காரணங்களை, தொடர்ந்து ஆய்வு செய்துவருகிறது. அத்துடன், தலைவலிக்குத் தீர்வு தரக்கூடிய புதிய மருந்துகளையும் கண்டுபிடிக்கும் முயற்சியில் ஈடுபட்டு வருகிறது.

3

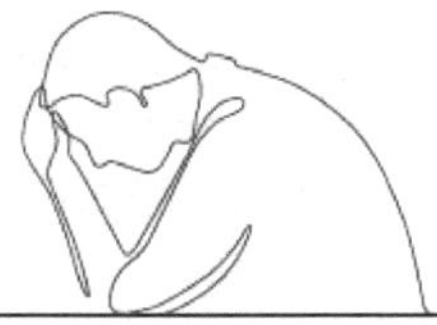

தலைவலியின் பின்னணி

ஐயன் திருவள்ளுவர் படைத்த திருக்குறளை 'உலகப் பொதுமுறை' என்று சொன்னால், உலகளாவிய மக்கள் அனுபவிக்கும் தலைவலியை, யற்கை படைத்த 'உலகப் பொதுநோய்' எனலாம்.

நாடு, இனம், மொழி, ஜாதி, நிறம், வயது, அறிவு, அனுபவம், இரக்கம் என எதையும் பார்க்காமல் உலக மக்களைத் தலைவலி ஆட்டுவிக்கிறது. தலைவலி பலவிதமாக ஏற்படுகிறது. கைரேகையைப்போல், ஒவ்வொருவரும் அனுபவிக்கும் வலியுணர்வும் தனித்தன்மை கொண்டவை ஆகும்.

தலைவலிகள் ஏற்படுவதற்குச் சில காரணங்கள் என்று மருத்துவ உலகம் இதுவரை கண்டறிந்துள்ளவற்றை இரு வகைகளாகத் தொகுக்கலாம். அவை, 1. உடல் சார்ந்தவை; 2. மனம் சார்ந்தவை.

தலைவலியின் வகைகளைப் புரிந்துகொள்வதற்கு ஏதுவாக, சில உதாரணங்களை விவரிக்கிறேன்.

●

பிரியாவுக்கும் ஜேசிக்கும் கல்யாணமாகி 14 ஆண்டுகள் ஆகிவிட்டன. வயதுக்கு வந்த 2

குழந்தைகள். ஜேசிக்கு, தனியார் நிறுவனத்தில் பொறுப்பான வேலை. பிரியாவுக்கோ சொந்தத் தொழில்.

அன்று திருமணநாள். எல்லாக் குடும்பங்களிலும் உள்ளதுபோன்ற எதிர்பார்ப்பு, பிரியாவுக்கும் குழந்தைகளுக்கும். அன்றைக்கு விடுமுறை எடுத்துக்கொண்டு நாள்முழுவதும் ஜாலியாக நேரத்தைச் செலவிட வேண்டும்... ஷாப்பிங் மாலுக்குச் சென்று பர்சேஸ்... ஈவ்னிங் ஷோ சினிமா... இரவு ஹோட்டலில் டின்னர்... ஆசைதான். ஆனால், விதி...

மாலை நான்கு மணி ஆகியும் வழக்கமான ஆபீஸ் வேலைகள் இன்னும் முடியாமல் இழுத்தடிக்கின்றன. அங்கே வீட்டில், ஜேசி வரத் தாமதம் ஆவதால் பிரியாவுக்கு டென்ஷன் மேல் டென்ஷன்.

பிள்ளைகள் வேறு, "அப்பா ஏம்மா இன்னும் வரல...?" எனத் ணதொணத்துக்கொண்டிருந்தன.

ஒருவழியாக ஆபீஸ் வேலை முடிந்து ஜேசி வீடு வந்து சேர இரவு 7 மணி ஆகிவிட்டது. பிரியா முகத்தைத் தூக்கி வைத்துக்கொண்டிருந்தாள். தாமதமானதற்கான காரணத்தை ஜேசி சொன்னதை பிரியா காதில் வாங்கிக்கொள்ளவில்லை. ஜேசிக்கு, தன் நிலைமையை பிரியா புரிந்துகொள்ளவில்லையே என்ற இயலாமை ஆத்திரமாக மாறி, கோபம் தலைக்கேறியது. இருந்தாலும், கட்டுப்படுத்திக்கொண்டான்.

எல்லோரும் கிளம்பிச் சென்றார்கள். வழியில் டிராஃபிக் ஜாம்.

நேரத்திற்குள் சினிமாவுக்குப் போக முடியவில்லை. அந்த ஏமாற்றம் பிரியாவுக்கு வெறுப்பாக மாறியது. "சரி, ஹோட்டலுக்குப் போகலாமா?" என்று ஜேசி கேட்டதற்கு, "வேண்டாம் வீட்டுக்குப் போலாம்" என்று சொல்லிவிட்டாள். ஜேசி டென்ஷன் ஆனான்.

வீட்டுக்குப் போகும் வழியில் பிரபல கூல் பாரில் காரை நிறுத்திய ஜேசி, உள்ளே போய் ஒரு பார்சலுடன் திரும்பினான். இதையாவது சாப்பிடுங்க என்று பிரியாவிடம் கொடுத்தான். அதில் ஃபேமிலி பேக் குல்ஃபி இருந்தது. ஏமாற்றத்துடன் இருந்த பிள்ளைகளை ஐஸ்கிரீம் கூலாக்கியது. பிரியாவுக்கும் குல்ஃபி பிடிக்கும்.

வீடு திரும்பியவுடன் டிரஸ்ஸை மாற்றிக்கொண்டு, எதுவும் சாப்பிடாமல் ஜேசி படுத்துவிட்டான். கேட்டதற்கு, 'தலைவலி' என்று திரும்பிக்கொண்டான். இங்கே ஒரு விஷயம். பிரியாவுக்கு அவ்வப்போது வீஸிங் போன்ற மூச்சுத்திணறல் வரும். மைல்டு ஆஸ்துமா இருக்கிறது. ஆஸ்துமா அவளது அப்பாவின் பரம்பரையிலும், ஒற்றைத் தலைவலி அம்மாவின் பரம்பரையிலும் தொடரும் பிரச்சினைகள். இரண்டுமே பிரியாவுக்கு உண்டு.

ஐஸ்கிரீம் போன்ற குளிர்ச்சியான பதார்த்தங்களைச் சாப்பிட்டால், உடனே தொண்டை கட்டிக்கொண்டுவிடும். கூடவே, ஒற்றைத் தலைவலியும் ஆரம்பித்துவிடும். அடுத்த சில மணிநேரங்கள் தொடங்கி ஓரிரு நாள்களுக்குக் கூட பிரியா அவஸ்தைப் படவேண்டியிருக்கும். சொல்லிவைத்ததுபோல் பிரியாவிற்கு அன்றிரவே தலைவலி தொடங்கியது. மூச்சுத்திணறலும் ஏற்பட்டு, விடியவிடியத் தூங்கவில்லை.

தலைவலி எப்படித் தொடங்குகிறது என்று இப்போது புரிகிறதா?

ஜேசிக்கு அலுவலகம் மற்றும் குடும்பப் பிரச்சினை காரணமாகத் தலைவலி. அது, மனம் சார்ந்தது. பிரியாவிற்கு, ஐஸ்கிரீம் சாப்பிட்டதால் தலைவலி. அது, உடல் சார்ந்தது. இவை இரண்டிற்கும் தீர்வு உள்ளன.

ஜேசி தன் வாழ்க்கை முறையை மாற்றிக்கொள்ள வேண்டும். குடும்பத்தினரை அனுசரிப்பதோடு, அலுவலக டென்ஷனை அங்கேயே விட்டுவிட வேண்டும். அதைக் குடும்பத்தினரிடம் பிரதிபலிக்கக்கூடாது என்று முடிவெடுத்து அதைக் கடைப்பிடித்தால், அவனது பிரச்சினை தீர்ந்துவிடும்.

பிரியாவின் கேஸ் ரொம்ப சிம்பிள். உடலுக்கு ஒத்துக்கொள்ளாத உணவுகளைத் தவிர்க்க வேண்டும். ஆஸ்துமா, ஒற்றைத் தலைவலி போன்ற உபாதைகளுக்கு உரிய மருந்துகளை வேளாவேளைக்குச் சாப்பிட்டால் போதும். உடல் எடையைச் சீராக வைத்துக்கொள்ள வேண்டும். மூச்சுப் பயிற்சி நல்ல பலன் அளிக்கும். செலவில்லாத, சிரமத்தைத் தராத தற்காப்பு இது. தீர்வும்கூட. அவ்வளவுதான்.

●

எனவே, பரபரப்பு நிறைந்த இன்றைய உலகில், மனிதர்களது வாழ்வில் ஏற்படும் குடும்பப் பிரச்சினைகள், அடுத்தவர்

சூழ்நிலையை யோசிக்கும் மனிதநேயம் குறைந்ததால் உண்டாகும் உறவுச் சிக்கல்கள், அலுவலகத்தில் சந்திக்கும் ஏற்றத் தாழ்வுகள், உரிமைக்குப் போராடுதல், அவற்றைத் தொடரும் மனஇறுக்கம், 'ஆங்க்ஸைடி' என்கிற படபடப்பு போன்றவற்றால், அன்றாடம் கழிக்கும் ஒவ்வொரு கணப்பொழுதிலும் இறுக்கமும், எப்போதும் அலைகின்ற மனத்தில் படபடப்பு நிலையும் ஏற்படுகின்றன.

ஐக்கிய நாடுகள் சபையின் அங்கமான உலகச் சுகாதார நிறுவனம் (WHO) வெளியிட்டுள்ள ஓர் அறிக்கையில், 'தலைவலி சார்ந்த உடல்நலக் குறைபாடுகள் உடனடியாகக் கவனிக்கப்பட்டு தீர்வு காணப்பட வேண்டியவை. இதற்கு அனைத்து உலக நாடுகளும், அவற்றின் அரசுகளும் உரிய அங்கீகாரம் அளித்துச் செயல்பட வேண்டும்' என்று வலியுறுத்தியுள்ளது.

உலக அளவில் தலைவலி என்பது பரவலான விஷயம். அப்படிப்பட்ட தலைவலிக்கான சரியான தீர்வுமுறைகளோ, சரியான கவனிப்புகளோ இல்லாமல் பலரின் அன்றாடத் திறமைகள் வீணாகின்றன என்பதே உண்மை. இதை உணர்ந்து, அதற்கான வழிமுறைகளைப் பொதுமக்கள் கடைப்பிடிக்க வேண்டியது மிகவும் அவசியமானது.

சில உண்மைகள்:

- உலகின் தலைவலிகளில் சுமார் 40 சதவீதம், ஒற்றைத் தலைவலி (அ) மைக்ரெய்ன் தலைவலி மற்றும் இறுக்கம் சார்ந்த தலைவலி (அ) டென்ஷன் தலைவலி ஆகிய இருவகைகளே பரவலாகக் காணப்படுகின்றன.
- பொதுவாக, மைக்ரெய்ன் தலைவலி பரம்பரை நோயாகவும், சுற்றுச்சூழல், பழக்க வழக்கங்கள் சார்ந்த ஒன்றாகவும் இருக்கிறது. ஆனால், டென்ஷன் வகைத் தலைவலியின் காரணங்கள், இன்னும் சரியாகப் புரிந்துகொள்ள முடியாத நிலையிலேயே இருக்கின்றன.
- ஆலோசனைக்காக மருத்துவரை நோயாளிகள் அணுகும் முதல் மூன்று காரணங்களில் தலைவலியும் ஒன்று என உலகச் சுகாதார நிறுவனம் தெரிவிக்கிறது.

- *18 வயது முதல் 65 வயது வரை உள்ளவர்களில், 50 முதல் 75 சதவீதம் பேருக்குத் தலைவலி ஏற்படுகிறது.*

- *பெருவாரியான தலைவலிகளுக்கு, 50 சதவீதத்துக்கும் மேற்பட்ட நோயாளிகள் மருத்துவர்களை அணுகாமல் தாங்களாகவே கைவைத்தியம் செய்துகொள்கிறார்கள்*

- *சிறப்பு மருத்துவர்களை அணுகுபவர்களில் 10 சதவீதம் பேர், தானாக, அதிக அளவில் வலிநிவாரணிகளை' உபயோகிப்பதால் உண்டாகும் தலைவலிகளுடன் வருகின்றனர். (வலியைப் போக்க இவர்களாக உட்கொள்ளும் மருந்துகளே நாளடைவில் தலைவலிகளை உண்டாக்குகின்றன.)*

- *எர்காட்டமைன், டிரிப்டான்ஸ் போன்ற புதுவகை மருந்துகள் விலை அதிகமானவை என்றபோதிலும், மிகவும் பயனுள்ளவையாகவும், பக்கவிளைவுகள் குறைவானவையாகவும் உள்ளன.*

- *மருந்துகள் இல்லாமல், ஃபிசியோதெரபி எனப்படும் இயன்முறை சிகிச்சை, அக்குபங்சர் மற்றும் இயற்கை வைத்தியம் போன்றவையும் தலைவலி நிவாரணத்துக்கு உதவுகின்றன.*

- *இவ்வளவு முக்கியத்துவம் வாய்ந்த தலைவலி குறித்துக் கற்பதற்கு, நம் நாட்டில் மருத்துவ பட்டப் படிப்பில் வெறும் 4 மணி நேர வகுப்புகளே ஒதுக்கப்படுகின்றன.*

- *கணினியில் தொடர்ச்சியாக வேலைபார்த்தல், கணினியில் விளையாடுதல், எப்போதும் கண்கொட்டாமல் டிவியில் நிகழ்ச்சிகளைப் பார்த்துக்கொண்டிருத்தல், செல்ஃபோனில் நீண்டநேரம் அரட்டை அடித்தல் என்று எப்போதும் பிஸியாக இருப்பவர்களுக்கு, 'தலைவலி' ஒரு வேதனை தரும் பிரச்சினையாக இருக்கிறது.*

4

வலி அறிதல்: எங்கே — எப்படி?

வலி என்பது மனதில் ஏற்படக்கூடிய ஒரு வேதனையான உணர்ச்சி. உடலில் தோன்றும் வலி, எப்படி மூளையினால் அறியப்படுகிறது தெரியுமா?

உடலின் பல பாகங்களிலிருந்தும் உருவாகும் வலி உணர்வுகள், உள்ளுக்குள் சுரக்கும் சில ரசாயனப் பொருள்கள் மூலம் நரம்புகளால் உணரப்பட்டு, தண்டுவடத்தின் பக்கவாட்டில் மூளையை நோக்கிச் செல்கின்றன. இவை, மூளையில் உள்ள 'தலாமஸ்' எனப்படும் 'பவர் ஸ்டேஷன்' மூலம், மூளையின் 'பெரைடல் லோப்' எனப்படும் பகுதியில் அமைந்திருக்கக் கூடிய உணர்வுகளை அறியும் பகுதியில் வலியாக உணரப்படுகிறது.

இந்த வலியுணர்வு செல்லும் பாதையில் எங்கு தடை ஏற்பட்டாலும், அதற்குக் கீழே உள்ள பகுதிகளில் 'வலி உணர்தல்' இருக்காது. அந்தப் பகுதிகள் மரத்துப்போய்விடும். அதே நேரம், இப்பாதையில் உள்ள நரம்புகள் தூண்டப்பட்டால், வலி அதிகமாக உணரப்படும்.

மூளையைத் தொடுவதாலோ, காயப்படுத்துவ தாலோ வலி ஏற்படுவதில்லை. தலையைச்

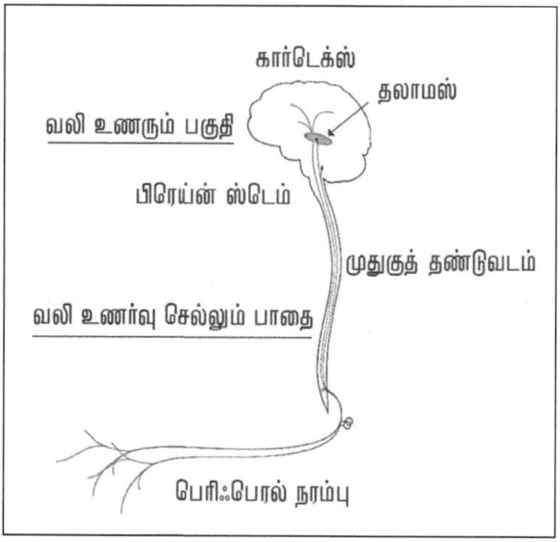

சுற்றியுள்ள சவ்வு போன்ற மெனிஞ்சஸ், ரத்தக் குழாய்கள், தலை நரம்புகள் (5,7,9 மற்றும் 10-வது) இழுக்கப்படுவதாலேயே வலியுணர்வு ஏற்படுகிறது. மேலும், கபாலத்துக்கு வெளியே உள்ள தோல் நரம்புகள், 'சைனஸ்' பொந்துகளின் (காற்றுப்பைகள்) உள்பக்கச் சுவர்கள், பற்கள், கழுத்து நரம்புகள், கழுத்தில் உள்ள தமனிகள், சிரைகள் மற்றும் தலை, கழுத்துத் தசைகளில் ஏற்படும் பாதிப்புகளால் தலையில் வலி உணரப்படும்.

தலை மற்றும் முகத்தில் ஏற்படும் வலிகள், அவை உருவாகும் இடத்திலேயே உணரப்படும். உதாரணமாக, 'சைனஸ் வலிகள்' முகத்திலேயே வலிக்கும். ஆனால், சில வலிகள் வலி ஏற்படும் இடத்திலிருந்து வேறு இடத்துக்குப் பரவிச்சென்று வலிக்கும். (Referred Pain). உதாரணமாக, கழுத்து வலி முன்மண்டைக்கும், சிறு மூளை சார்ந்த வலி, பின்மண்டைக்கும் பரவி வலிக்கக்கூடும்.

தலை முழுவதும் வலி இருந்தாலும், மூளைக்கு வலி உணர்வு கிடையாது என்பது ஆச்சரியப்படத்தக்க விஷயம்.

5

தலைவலி: வகைகளும் காரணிகளும்

தலைவலிகளைப் பிரித்து வகைப்படுத்துவது தான் சரியான சிகிச்சை அளிப்பதற்கான முதற்படி. அந்த வகையில் தலைவலியை இரு பெரும் பிரிவுகளாகப் பிரிக்கலாம். அவை:

1. தலைவலியே நோயாக இருத்தல் (Primary Headache)- காரணம் இல்லாத் தலைவலி

அ. மைக்ரெய்ன் (ஒற்றைத் தலைவலி)

ஆ. டென்ஷன் தலைவலி (மனஇறுக்கம் சார்ந்தது)

இ. அடிக்கடி ஏற்படும் காரணம் இல்லாத் தலைவலி (BENIGN)

ஈ. டிரைஜெமினல் நரம்பு சார்ந்த தலைவலிகள் (Trigeminal Autonomic Cephalalgia)

1. கிளஸ்டர் அல்லது கொத்துத் தலைவலி

2. வித்தியாசமான கொத்துத் தலைவலிகள்

3. பெண்களுக்கு அவ்வப்போது வரக்கூடிய நீண்டகால ஒருபக்கத் தலைவலி.

4. குறைந்தநேர ஒருபக்கத் தலைவலிகள் (கண்களில் நீர் வருதல், கண்கள் சிவந்துபோதல்) - (SUNCT).

உ. காரணம் இல்லாத பிற தலைவலிகள்

1. தொடர்ந்து இருக்கும் ஒருபக்கத் தலைவலிகள்.

2. காரணம் தெரியாத குத்தல் உணர்வுடன் கூடிய தலைவலிகள்.

3. இருமல் தலைவலிகள்

ஊ. நீண்ட நாளைய தினசரித் தலைவலிகள் (CDH)

2. தலைவலி, பிற நோய்களின் வெளிப்பாடாக இருத்தல் (Secondary Headache) காரணத் தலைவலி

காரணத் தலைவலிக்கான சில முக்கியக் காரணங்கள்

- தலை / கழுத்தில் காயம்படுதல் (Trauma)
- தலை / கழுத்துப் பகுதி ரத்தக் குழாய்கள் பாதிப்பு
- ரத்தக் குழாய்கள் தவிர, தலைக்குள் ஏற்படும் மற்ற பாதிப்புகள் அல்லது நோய்கள்.
- போதைப் பொருள்களை உட்கொள்ளுதல் அல்லது திடீரென்று நிறுத்திவிடுதல்.
- நோய்த்தொற்றுகளால் (Infection) வரும் தலைவலி.
- ரத்த ஓட்டப் பாதிப்புகளால் வரும் தலைவலி.
- கபாலம், கழுத்து, கண்கள், காது, மூக்கு, சைனஸ், பல், வாய் போன்றவற்றால் ஏற்படும் தலை மற்றும் முக வலிகள்.
- மனப் பாதிப்புகளால் ஏற்படும் தலைவலிகள்.
- ரத்தக் கொதிப்பு.

போன்ற காரணங்களால் தலைவலி உண்டாகும்.

•

தலைவலியைப் பிரித்தாகிவிட்டது. அவற்றைப் பற்றி விரிவாகப் பார்ப்பதற்குமுன் கவனிக்கப்பட வேண்டிய முக்கிய விஷயம் ஒன்று இருக்கிறது. அது, ஆங்கிலத்தில் 'ஸ்னூப்' என்ற உச்சரிப்பைக் கொண்ட SSNOOPP என்ற சுருக்க வார்த்தை (Acronym).

தலைவலிக்கான காரணங்களை அறிவதற்கு, இந்த SSNOOPP மிகவும் முக்கியமான ஒன்றாக மருத்துவ உலகில் அறியப்படுகிறது. அதன் விரிவாக்கம் இதோ-

S - (Systemic Symptoms) பொதுவான அறிகுறிகள்- காய்ச்சல், எடை குறைதல், ரத்தக் கொதிப்பு போன்றவை.

S - (Secondary Risk Factors) - அதற்கடுத்தக்கட்டப் பொதுவான காரணிகள் - எச்ஐவி, புற்றுநோய், ஆட்டோஇம்யூன் எனப்படும் ஒருவகை ஒவ்வாமை நோய்.

N - (Neurological Symptoms or Abnormal Signs) - நரம்பியல் சார்ந்த குறைபாடுகள்- குழப்பமான மனநிலை, நினைவிழத்தல், வாதம், இரட்டைப் பார்வை போன்றவை.

O - (Onset) - தலைவலி வரக்கூடிய நேரம் (ஒரு சில நொடிகளில்கூட வரக்கூடும்).

O - (Older Age of Onset) - *50* வயதுக்கு மேல், முதன்முறையாக வரும் தலைவலி.

P - (Pattern Change) - வகை மாற்றம் - முதன்முறை அல்லது மாறுதலான தலைவலி.

P - (Previous Headache History) - முன் வரலாறு - வலியின் வீச்சு, எத்தனை முறை என்ற எண்ணிக்கை மற்றும் தலைவலியின் குணங்கள்.

(Ref - Dodick 2003).

•

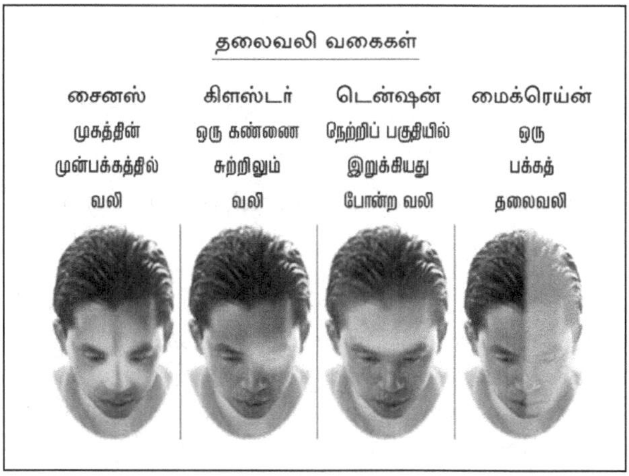

தலைவலிகளுக்கான காரணங்களை எப்படி அறிந்து கொள்வது என்பதைப் பார்த்தோம். இனி, தலைவலிகளின் ரகங்களைப் பார்க்கலாம். பொதுவாக, தலைவலிகள் இரு ரகப்படும். தலைவலியே நோயாக இருத்தல் (காரணம் கிடையாது அல்லது தெரியாது; காரணம் இல்லாத் தலைவலி) முதல் ரகம். தலைவலியானது பிற நோய்களின் வெளிப்பாடாக இருப்பது (காரணத் தலைவலி) என்பது இரண்டாவது ரகம்.

இனி அவற்றின் உட்பிரிவுகள், அவை சம்பந்தப்பட்ட விஷயங்களைப் பற்றி விரிவாகப் பார்ப்போம்.

இங்கே ஒரு சுவாரஸ்யமான விஷயத்தைச் சொல்ல வேண்டும். தலைவலிக்கான காரணங்கள், தலைவலியைத் தூண்டும் 'காரணிகள்' இரண்டும் வெவ்வேறானவை என்பதே அது!

தலைவலிக்கான காரணங்களைக் கண்டுபிடித்து அவற்றைத் தீர்ப்பது என்பது மிகவும் முக்கியமான சிகிச்சை முறை. உதாரணம்- தலையில் கட்டி, தலையில் அடி, காய்ச்சல் போன்றவை.

தலைவலி நீடிக்கும் நேரங்கள்

1. ஒற்றைத் தலைவலி (மைக்ரெய்ன்)	– 4 முதல் 72 மணி நேரங்கள்
2. ஒற்றைத் தலைவலி (க்ளஸ்டர்)	– 15 முதல் 120 நிமிடங்கள் வரை
3. தொடர் ஒற்றைத் தலைவலி (மைக்ரெய்ன்)	– 72 மணி நேரத்துக்கும் மேல்
4. டென்ஷன் தலைவலி அல்லது மன இறுக்கம் சார்ந்த தலைவலி	– 30 நிமிடம் முதல் 7 நாள்கள் வரை
5. ட்ரைஜெமினல் நரம்பு வரி	– நில நொடிகள்

சில நேரங்களில், சில காரணிகள் (சில உணவு வகைகள்) தலைவலியை உண்டாக்கக்கூடும். அவை, தலைவலிக்கான நேரடியான காரணமாக இருப்பதில்லை. தட்பவெப்பநிலை மாறுதல்கள், மன இறுக்கம், சில உணவுப் பொருள்கள்

போன்றவை தலைவலியை ஏற்படுத்தக்கூடிய சூழ்நிலையை உருவாக்கக்கூடும். இவற்றைத் தலைவலியைத் தூண்டும் காரணிகளாகக் கொள்ளலாம்.

மைக்ரெய்ன் தலைவலியைத் தூண்டக்கூடிய பொதுவான காரணிகள்

1. உணவு
2. பழக்க வழக்க மாறுதல்கள்
3. ஹார்மோன்கள் (நாளமில்லாச் சுரப்பிகள்)
4. சுற்றுச்சூழல் மாற்றங்கள்
5. மற்ற காரணிகள் (Triggers)

1. உணவு முறை
   - பசி
   - சில வகை உணவுகள்
   - மதுவகைகள்
   - பதப்படுத்தப்பட்ட உணவு வகைகள்
2. பழக்க வழக்க மாறுதல்கள்
   - தூக்கம் (மிக அதிகம் அல்லது மிகக் குறைவு)
   - தினசரிப் பழக்கவழக்கங்களில் மாற்றங்கள்
3. ஹார்மோன் மாற்றங்கள்
   - மாதவிலக்கு நாள்கள்
   - பெண்களுக்கான மெனோபாஸ்
   - ஆண்களுக்கான ஆண்ட்ரோபாஸ்
4. சுற்றுச்சூழல் மாற்றங்கள்
   - ‘பளிச்’ வெளிச்சங்கள்
   - சில வாசனைகள் / துர்நாற்றங்கள்
   - அதிக உயரம்
   - தட்பவெப்பநிலை மாற்றங்கள்
5. மற்ற காரணிகள்
   - கழுத்து வலி, தலைவலி (வேறு காரணங்களால் ஏற்படுபவை. இவை மைக்ரெய்ன் வலியைத் தூண்டக்கூடும்).
   - அதிக அளவு உடற்பயிற்சி, உடலுறவு
   - அதிக வேலைப்பளு, மன இறுக்கம்
   - தலையில் அடி/காயம் படுதல்

•

தலைவலி நோய் அறிதல் ஆய்வு

1 வரலாறு

- தலைவலி வகைகள்
- ஆரம்பமும், வலிக்கும் இடமும்
- நேரம், எத்தனை முறை
- எவ்வளவு நேரம், எவ்வளவு தீவிரமானது, என்ன தன்மை
- தூண்டும் காரணிகள்
- வலியுடன் வரும் பிற அறிகுறிகள்
- தலைவலியின் பாதை
- சமிக்ஞைகள்
- தூக்கம்
- மனநிலைக் குறைபாடுகள்
- குடும்ப வரலாறு
- மருத்துவ/அறுவைசிகிச்சை விவரங்கள்
- அலர்ஜிகளும் / மருந்துகளும்

2. பரிசோதனைகள்

அ. பொதுப் பரிசோதனைகள்

- நாடித்துடிப்பு, ரத்த அழுத்தம் மற்றும் உடல் வெப்பநிலை, தலை, கழுத்து, காதுப் பரிசோதனை.

ஆ. நரம்பியல் பரிசோதனைகள்

- தலை, கழுத்து நரம்புகள், ரிஃப்ளெக்ஸெஸ் (Reflexes), கண் பரிசோதனை (Fundoscopy), கண் நரம்பைச் சுற்றி நீர் தேங்குதல் (Papillo-edema).

6

மைக்ரெய்ன் தலைவலி

நாகராஜனுக்கு இருபத்து மூன்று வயது. சாஃப்ட்வேர் இன்ஜினீயர். காரில் வீடு திரும்பும்போது, திடீரென்று இடது கண் ஓரம் மின்னலைப்போல் 'ப்ளீச்' என்று ஒரு ஃப்ளாஷ் அடித்தது. மின்மினிப் பூச்சிகள் பறப்பதைப் போல் ஒளித்துகள்கள் கண்முன் வட்டமிட்டன. காரை ஓரமாக நிறுத்தி, இரண்டு கண்களையும் சற்றே கசக்கிக்கொண்டான்.

ஒளிப் புள்ளிகள் சிறிது மறைந்தாற்போல் இருந்தது. மீண்டும் அதே ஃப்ளாஷ் ஒளிர்வு. இப்போது சுதாரித்த நாகராஜன், தனது தலையைப் பலமாக இருபுறமும் ஆட்டிவிட்டு கண்மூடித் திறந்தான். இம்முறை, ஒளித்துகள்கள் மறையவில்லை. ஆனால், இப்போது அவற்றின் வீச்சு அதிகமாக இருந்தது, மின்னலைப்போல்.

உடல் சிறிது வியர்த்தது. மூக்கில் அடைப்பு ஏற்பட்டு, கண்ணில் நீர் கசிந்தது. இடது கையில் ஏதோ பூச்சி ஊர்வதைப்போல் ஓர் உணர்வு. எல்லாம், சில விநாடிகளில் தோன்றி மறைந்தன. கூடவே, இடதுபக்க நெற்றி, நெற்றிப்பொட்டு, இடது கண்ணின் பின்புறம் லேசான வலி தொடங்கியது. எப்படியோ சமாளித்து, காரை ஓட்டிக்கொண்டு வீடு வந்து

சேர்ந்தான். அப்போதும் தலை வலித்தது. வலி அதிகமாகி, ஒருபக்கமாக இடிக்கத் தொடங்கியது.

ஜன்னல் வெளிச்சம்கூட கண்களைக் கூசியது. சமையல் அறையிலிருந்து வந்த காபியின் மணம் வயிற்றைப் புரட்டிக் குமட்டல் ஏற்பட்டது. மதிய உணவு வயிற்றிலேயே தேங்கிக் கிடந்தது. அவன், ஒரு டவலைத் தலையில் இறுக்கிக் கட்டிக்கொண்டு தூங்க முயன்றான். முடியவில்லை.

•

நம்மில் பலருக்கு இதுபோன்ற அல்லது சிறிது வித்தியாசமான அனுபவம் ஏற்பட்டிருக்கக்கூடும். இது, 'ஒற்றைத் தலைவலி' அல்லது 'மைக்ரெய்ன்' எனப்படும் நோய்.

இது, மூளையின் நரம்பு செல்கள் அல்லது ரத்தக் குழாய்களில் ஏற்படும் பாதிப்புகளால் வருவது. இதன் பின்னணி இன்னும் முழுமையாக அறியப்படவில்லை.

மைக்ரெய்ன் தலைவலியின்போது ஏற்படும் மாற்றங்கள்

- மைக்ரெய்ன் வலி உள்ளவர்களின் மூளை— நரம்புகள் அதிக அதிர்வுடன் மாறுப்பட்ட நடவடிக்கைகளைக் கொண்டவை. தொடர்ச்சியாகப் பார்வை அல்லது ஒலி உணர்ச்சிகள் மூலம் தூண்டும்போது, மூளையின் அதிர்வுகளை மைக்ரெய்ன் அதிகரிக்கிறது. ஆனால், மைக்ரெய்ன் இல்லாதவர்களின் மூளையின் அதிர்வுகள் குறைகின்றன.
- மைக்ரெய்னின் சமிக்ஞைகள், மூளையின் மேற்பரப்பில் உண்டாகும் மின் அதிர்வுகள் அதிகமாவதால் ஏற்படுகின்றன; சிறிது நேரத்தில் அவை மறைந்துவிடுகின்றன. மின் அதிர்வுகள் அதிகமாக இருக்கும்போது, பார்வையில் ஒளிச் சிதறல்கள், பார்வை மங்குதல், பார்வைக் குறைபாடுகள் போன்றவை சமிக்ஞைகளாகத் தோன்றுகின்றன.
- மைக்ரெய்ன் தலைவலியின்போது, மூளையின் சில பகுதிகள் தூண்டப்படுகின்றன. முதலில் தூண்டப்படும் பகுதி, 'மைக்ரெய்ன் ஜெனரேட்டர்' எனப்படுகிறது. இதில், முகுளத்தின் மேல்பகுதி (Upper Brainstem) மிகவும் முக்கியமான பங்கு

வகிக்கிறது. இங்குதான், மனநிலை உணர்ச்சிகள் சம்பந்தமான அதிர்வுகள் வருகின்றன. அதுபோலவே, இங்கிருந்துதான் வலி சம்மந்தமான அதிர்வுகள், மைக்ரெய்ன் தொடர்புடைய மையங்களுக்கு ரத்தக் குழாய்கள் மூலம் சென்றடைகின்றன. இதைத் தொடர்ந்து, மைக்ரெய்ன் தலைவலி வெளிப்படுகிறது.

- மூளையைச் சுற்றியுள்ள சவ்வுகள் (Meninges), ரத்தக் குழாய்களின் 'ரண'ங்கள் போன்றவை, மைக்ரெய்ன் தலைவலியின் 'இடி'க்கின்ற வலிக்குக் காரணங்களாகும். நரம்புகளின் முனைகளிலிருந்து வெளியாகும் ரசாயனப் பொருள்கள், ரத்தக் குழாய்களைத் தளர்த்தி அவற்றிலிருந்து கசியும் திரவங்களால் இம்மாதிரியான வலி உண்டாகிறது.
- தலை, கைகள் போன்ற சில பகுதிகள், சிறிது தொட்டாலே அதிக அளவில் வலியை உணர்கின்றன. இது 'ஆலோடைனியா' (Allodynia) எனப்படும் வலி உணர்ச்சியாகும். மைக்ரெய்ன் தொடங்கி ஒன்று முதல் நான்கு மணி நேரங்கள் கழித்தே 'ஆலோடைனியா' தொடங்குகிறது. அதன்பிறகு மைக்ரெய்ன் தலைவலிக்குச் சிகிச்சை அளிப்பது சிறிது சிரமமான காரியம்.

பரிசோதனைகள்

மைக்ரெய்னுக்கு என்று தனியாக ஏதும் ரத்தப் பரிசோதனைகளோ, வேறு பரிசோதனைகளோ கிடையாது. நோயாளிகளைப் பற்றிய விரிவான தகவல்களும், குடும்ப வரலாறு மற்றும் தலைவலியைத் தோற்றுவிக்கும் காரணிகளின் தன்மைகளும் தெரிந்தால் போதும். அவற்றின் அடிப்படையில், வந்திருக்கும் தலைவலி மைக்ரெய்னா இல்லையா என்பதைக் கண்டுபிடிக்க முடியும்.

1960ல்தான், மைக்ரெய்னுக்கு முதன்முறையாக ஒரு தெளிவான வரைமுறை ஏற்படுத்தப்பட்டது.

வரைமுறைகள்

- திரும்பத் திரும்ப வரும் தலைவலி
- வேறுபடும் வீச்சு (அ) அளவில் வலி
- வேறுபடும் இடைவெளிகள்

- தலைவலி நேரம்
- ஒருபக்கத் தலைவலி
- பசியின்மை, சில நேரங்களில் குமட்டல், வாந்தி

சிலருக்கு உணர்ச்சிகள், தசைகளில் மாறுதல்கள், குழப்ப மனநிலை ஆகியவை தலைவலிக்கு முன்பாகவோ அல்லது தலைவலியுடனோ தோன்றக்கூடும்.

மைக்ரெய்னுடன் மூக்கடைப்பு, கண்ணில் நீர் வழிதல் போன்றவை இருக்கக்கூடும். இவை, 'சைனஸைடிஸ்' (மூக்கு, தொண்டை, முகத்தின் எலும்புகளில் உள்ள வெற்றிடங்களில் சளி சேருதல்) என்னும் பாதிப்பைப்போல் தோன்றும். அதுபோலவே, மைக்ரெய்னுக்கு முன்போ, அதனுடனோ அல்லது அதற்குப்பின்போ, கழுத்தின் மேல் பகுதியில் வலி ஏற்படக்கூடும்!

மைக்ரெய்ன், சமிக்ஞை தோன்றும் நிலையிலேயே அல்லது மிதமாக இருக்கும் நிலையிலேயே மருந்துகள் எடுத்துக்கொண்டால், மிகத் தீவிரமான வலி, வாந்தி போன்றவற்றைத் தடுக்கமுடியும். தலைவலிகளை உருவாக்கும் காரணிகளைத் தவிர்ப்பது மிகவும் அவசியம். பீட்டா ப்ளாக்கர்கள், வலிப்பு நோய் மருந்துகள், மன இறுக்கத்தைக் குறைக்கும் மருந்துகள், கால்சியம் சேனல் ப்ளாக்கர்கள் மற்றும் புதியதாக வந்துள்ள ட்ரிப்டான்ஸ் போன்ற மருந்துகள் மைக்ரெய்ன் தொல்லையிலிருந்து விடுதலை அளிக்கக்கூடியவை.

1980ல், தலைவலிக்குமுன் தோன்றும் சமிக்ஞைகளை (Aura) வைத்து, சமிக்ஞைகளுடன் கூடிய மைக்ரெய்ன் (Classical Migraine), சமிக்ஞைகள் அல்லாத மைக்ரெய்ன் (Common Migraine) என்று இரு பெரும் பிரிவுகளாகப் பிரிக்கப்பட்டன.

காரணங்கள்:

1870களில், 'நரம்பு மண்டலத்தின் புயல்' என மைக்ரெய்ன் விவரிக்கப்பட்டது.

1950களில், 'மூளையின் ரத்தக் குழாய்களின்' பாதிப்பு எனக் கருதப்பட்டது.

1970களில், 'செரடோனின்' (நரம்புகளில் அதிர்வலைகளைக் கடத்தும் ஒரு ரசாயனப் பொருள்) செயல்பாடுகளில் மாற்றங்கள் ஏற்படுவதால் மைக்ரெய்ன் வருவதாகக் கருதப்பட்டது.

1990களில், நரம்புகளில் ஏற்படும் ஒருவகை 'ரண'த்தினால் (ரத்தக் குழாய்களிலும் மூளையைச் சுற்றியுள்ள சவ்வுகளிலும் ஏற்படும் ரணம்) மைக்ரெய்ன் வரும் என்று கருதப்பட்டது. இன்றுவரை, இந்த 'நரம்பு-ரத்தக் குழாய்' சார்ந்த காரணமே மைக்ரெய்னுக்கு அடிப்படைக் காரணமாகச் சொல்லப்படுகிறது.

(மைக்ரெய்ன் வலியின்போது, நரம்பு முனைகளிலிருந்து கசியும் ரசாயனப் பொருள்களால் மூளையில் உள்ள ரத்தக் குழாய்கள் பாதிக்கப்பட்டு, அதிலிருந்து திரவம் சுரப்பதாகக் கண்டுபிடித்துள்ளனர்).

இப்படி, மைக்ரெய்னுக்குப் பலவிதமான காரணங்கள் விவரிக்கப்பட்டன. ஆனாலும், இன்னும் தீர்க்கமான ஒரு முடிவுக்கு வர முடியவில்லை என்பது வருத்தமான செய்தி.

இப்போதைக்கு, மைக்ரெய்ன் என்பது பல காரணங்களால் வருகிறது என்று பரவலாக நம்பப்படுகிறது. ஒவ்வொரு வகை மைக்ரெய்னும், பரம்பரைப் பின்புலம் (Genetic Background), வலி உருவாகும் வகை, வலி ஏற்படும் பகுதிகள் போன்ற பலவிதங்களிலும் மாறுபட்டவை என்பது உறுதி செய்யப்பட்டுள்ளது.

•

மைக்ரெய்ன் தலைவலி பெண்களுக்கு அதிகமாக வருகிறது. 15 வயது முதல் மைக்ரெய்ன் தொடங்கக்கூடும். ஆனால், காரணம் இன்று வரை தெரியாது.

மைக்ரெய்ன் தலைவலி, குடும்பத்தில் பரம்பரையாக வரக்கூடிய வாய்ப்புகள் அதிகம். தாய் அல்லது தந்தையில் ஒருவருக்கு மட்டும் மைக்ரெய்ன் இருந்தால், குழந்தைக்கு வரும் வாய்ப்பு 50 சதவீதம் என்றும் இருவருக்குமே இருந்தால், குழந்தைக்கு வரும் வாய்ப்பு 75 சதவீதம் என்றும் ஓர் ஆய்வு தெரிவிக்கிறது. பொதுவாக, தலைவலி, வயிற்றைப் பிரட்டுதல் (Nause), வாந்தி, ஒளி வாசனை சத்தம் இவற்றால் பாதிக்கப்படுதல் இருந்தால், மைக்ரெய்ன் என்று சொல்லலாம்.

•

மைக்ரெய்னும் வயதும்

- சிறுவர்களுக்கு சிறிது சீக்கிரமாகவே (10 வயது) தோன்றுகிறது.
- சிறுமிகளுக்குச் சற்று தாமதித்துத் (15 வயது) தொடங்குகிறது.
- பெண்களுக்கு 40 முதல் 45 வயதுகாலத்தில் அதிகமாகக் காணப்படுகிறது.
- ஆண்களுக்கு 30 வயதிலிருந்தே அதிகமாக இருக்கிறது.

மைக்ரெய்ன் எந்த வயதிலும் தொடங்கக்கூடும். குழந்தைகள் பேசத் தொடங்கும் முன்பே, பெற்றோர் கவனிக்கும் ஒரு நிகழ்வு- குழந்தை திடீரென்று நிறம் குறைந்து, தொட்டிலில் நின்று, அழுது, வாந்தி எடுக்கக்கூடும். சில நிமிடங்களில் தூங்கிவிடும். விழித்து எழும்போது மிகவும் மகிழ்ச்சியாகவும் குதூகலமாகவும் இருக்கும்.

பேசத் தொடங்கினால், குழந்தைகள் இம்மாதிரி சமயங்களில் தலைவலி இருப்பதாகச் சொல்லலாம். வயதானவர்களுக்கு வரும் மைக்ரெய்ன் தலைவலியின்போது, குமட்டல், வாந்தி குறைவாகவே இருக்கும்.

எச்சரிக்கை:

வயதானவர்களுக்குப் பக்கவாதம் வரும்முன் ஏற்படுகின்ற TIA என்கிற ரத்த ஓட்டத் தடை, மைக்ரெய்ன்போல் இருக்கக்கூடும். மிகுந்த கவனம் தேவை.

•

'Basilar Migraine' (A) Bickerstaff Syndrome) இவ்வகை மைக்ரெய்னில் தோன்றும் சமிக்ஞைகள், மூளையின் அடிப்பாகமும் தண்டுவடமும் சேரும் இடத்தில் ('ப்ரெயின்ஸ்டெம்') ஏற்படுகின்றன!

அறிகுறிகள் (Clinical)

• இரட்டைப் பார்வை (பொருள்கள் இரண்டிரண்டாகத் தெரியும்).

- தலைச்சுற்றல் (தன்னைச் சுற்றியுள்ள எல்லாம் சுற்றுவதுபோல் தோன்றும்). இது, வெர்டைகோ எனப்படும்.
- காதுகளில் வண்டு ரீங்காரம் போல் சத்தம்
- நடையில் தள்ளாட்டம்
- நினைவு குறைதல்
- மயக்கம்

இதுபோன்ற அறிகுறிகள், 13-20 வயது வரை உள்ள பெண்களுக்கு அதிகம் வரக்கூடும். மயக்கமும் தலைவலியும் மிகவும் பயமுறுத்துபவையாக இருந்தாலும், இவற்றால் பெரிய ஆபத்து இல்லை. இந்தத் தலைவலி மீண்டும் மீண்டும் வரும். சிலருக்கு, சில வருடங்களுக்குப் பிறகு வேறு வகையான மாறுபட்ட மைக்ரெய்ன் தலைவலியாக மாறக்கூடும் அல்லது வேறு வகையான மைக்ரெய்ன் தலைவலிகள் வரக்கூடும்.

எச்சரிக்கை:

வலிப்பு நோய்களில் ஒருவகையான 'பகுதி வலிப்புகளும்' (Partial Seizures- SPS/CPS) இதுபோன்ற அறிகுறிகளுடன் வரக்கூடும். தவிர, சில நேரங்களில் இதயம் சார்ந்த திடீர் மயக்கமும் (Syncope) இவ்வாறு வரக்கூடும். அதனால், எச்சரிக்கையாக இருக்க வேண்டும்.

•

மைக்ரெய்ன் தலைவலியின் நான்கு நிலைகள் (Phases)

1. தலைவலி வருவதற்கு முன் (உடலில் மாற்றங்கள்)
2. சமிக்ஞைகள் (Aura)
3. தலைவலி நிலை
4. தலைவலிக்குப் பிறகு (உடல் மனநிலை)

இந்த நான்கு நிலைகள் பற்றி அடுத்து விரிவாகப் பார்ப்போம்.

1. தலைவலி வருவதற்கு முன் (உடல் மாற்றங்கள்)

எச்சரிக்கை நிலை

- சில மணி நேரங்கள் (அ) ஒருநாள் முன்பு சில மாற்றங்கள் ஏற்படக்கூடும்.

- அதிகமான சக்தி (அ) மன இறுக்கம்
- எளிதில் பொறுமை இழந்து கோபப்படுதல் (Irritable)
- அதிக தாகம்
- சில உணவுப் பொருள்கள் மீது திடீரென ஏற்படும் அதிக விருப்பம்
- தூக்கம் அதிகமாகவும், அடிக்கடி கொட்டாவி விடுதலும்
- அடிக்கடி சிறுநீர் கழித்தல்
- தோல் உணர்ச்சிகள்- ‘ஊசி குத்துவது’ போன்ற உணர்ச்சிகள். முகம்/கைகளில் சில பகுதிகள் மரத்துப்போகலாம்.

2. சமிக்ஞைகள் (Aura) நிலை

- ஐந்தில் ஒருவருக்கு இது ஏற்படக் கூடும்.
- தலைவலிக்கு முன்பாகவோ, தலைவலியுடனோ வரக்கூடும்.
- சிலருக்கு சமிக்ஞைகள் இல்லாமலேகூட மைக்ரெய்ன் வரக்கூடும். (Migraine without Aura)

அ. பார்வையில் மாற்றங்கள்

- ‘மினுக் மினுக்’ வெளிச்சங்கள், மின்னல் போன்ற வெளிச்சங்கள் பார்வையின் ஒருபக்கம் வரக்கூடும். இவை சில நொடிகளில் பரவிப் பெரிதாகக்கூடும்.
- சிறிய பொருள்களைப் பார்ப்பது கடினமாக இருக்கும்.
- இல்லாத பொருள்களைப் பார்த்தல் (ஹாலுசினேஷன்).
- பளிச்சென்ற பார்வைப் படலத்தில் ஓட்டைகள் தோன்றும். (Scintillating Scotomas).
- வெளிச்சங்கள், வெள்ளையாகவோ (அ) மஞ்சளாகவோ இருக்கக்கூடும். சில நேரங்களில், பார்வைக் கோளாறுகள் ஒரு கண்ணில் தொடங்கக்கூடும் (ரெட்டினல் மைக்ரெய்ன்).

ஆ. பேசுவதில் மாற்றங்கள்

- தன் எண்ணங்களை வார்த்தைகளில் அல்லது எழுத்துகளில் தெரிவிக்க இயலாமை.
- சொன்ன (அ) எழுதிய வார்த்தைகளின் பொருள் புரியாமல் போதல்.

இ. காதில் இரைச்சல், யாரோ பேசுவது போல், இசை, இன்னபிற சத்தங்களாகக் கேட்கும்.

ஈ. இவை தவிர, மனக் குழப்பம், கவனம் சிதறுதல், வாசனைகள்- நல்ல மணம் அல்லது துர்நாற்றம் போன்ற சமிக்ஞைகளும் இருக்கும்.

எச்சரிக்கை (சமிக்ஞைகள் குறித்து):

சிறுவர்கள்

- குழந்தைகளுக்குக் கழுத்து தானாகவே திரும்பும் (டார்ட்டி கோலிஸ்).
- வயிற்று வலியும் வாந்தியும் சமிக்ஞைகளாக வரலாம்.

பெரியவர்கள்

- தலைச்சுற்றல் சமிக்ஞையாக வரலாம்.

3. தலைவலி நிலை (Attack)

- சில மணி நேரம் முதல் பல நாள்கள் வரை தொடரக்கூடும்.
- எந்தவித வேலையும் செய்யமுடியாமல், அப்படியே அமைதியாக இருக்கவே தோன்றும் நிலை.
- கண்களுக்கு மேலே அல்லது பின்புறம் தோன்றும் வலி.
- ஒருபக்கமாகத் தொடங்கி, நேரம் ஆக ஆக தலை முழுவதும் பரவக்கூடும். ஒரு பக்கத்திலிருந்து மறுபக்கத்துக்குப் பரவக்கூடும். கழுத்து வலியும், முகத்தில் வலியும் சேர்ந்து வரக்கூடும்.
- 'இடிப்பது'போல் வலிக்கும். (Throbbing)
- குனிந்தாலோ, வேலைகள் ஏதும் செய்தாலோ அதிகமாகும்.

உடன் தோன்றக்கூடிய வேறு அறிகுறிகள்

- ஒளி, சத்தம், வாசனை வெறுப்பு ஏற்படும்
- மயக்கம்
- வயிற்றுக் குமட்டல்/வாந்தி

4. தலைவலிக்குப் பிறகு (உடல் மன நிலை)

- ஒரு நாள் வரை நீடிக்கும்
- மிக அதிகமான பலவீனம்
- மெத்தனம்
- மனக் குழப்பம்
- குனிந்தால் தலைவலி அதிகமாகும். தலைக்குள் ரத்தம் ஓடுவதைப்போல் இரைச்சல்.

இவை ஒவ்வொரு முறை தலைவலி வரும்போதும் மாறக் கூடியவை. வலியின் வீச்சு, அறிகுறிகள், வலி வரும் முறைகள் வேறுபடக்கூடும். சில சமயங்களில், தலைவலி இல்லாமல் வெறும் சமிக்ஞைகள் மட்டுமே வந்து போகக்கூடும்.

தூண்டும் காரணிகள்

- 'டைரமின்' என்ற ரசாயனப் பொருள் (Tyramine) அதிகமாக உள்ள உணவுப்பொருள்கள் மைக்ரெய்னைத் தோற்றுவிக்கக் கூடும். (பழைய சீஸ், வாழைப்பழம், தயிர், சிலவகை பிரெட், பதப்படுத்தப்பட்ட இறைச்சி, உலர் பழங்கள், காஃபீன், சாக்லேட், மதுவகைகள்.)
- நெடியுடன் கூடிய வாசனைத் திரவியங்கள்
- ஹார்மோன் மாற்றங்கள்
- அதிக ஒளியுடன் வெளிச்சம்
- பலவீனம்/சோர்வு
- அதிகமான/குறைவான தூக்கம்
- சில வகை மருந்துகள்
- தட்பவெப்ப நிலை மாற்றங்கள்
- குளிர்ச்சியான உணவுப்பொருள்கள் (ஐஸ்கிரீம்)
- சில வகை உணவுகள்

ஆரம்பத்தில் மிதமான ‘தலைக்கனம்’ இருக்கும். பிறகு அது, ஒன்று அல்லது இரண்டு மணி நேரத்தில் முழுமையான மைக்ரெய்ன் தலைவலியாக மாறிவிடும்.

சமிக்ஞைகள் தோன்றும் நிலையிலேயே மருந்துகள் எடுத்துக்கொள்வது நல்லது. அதுவும், மைக்ரெய்னைத் தடுக்கும் மருந்துகளைத் தினமும் எடுத்துக்கொள்வது நல்லது.

- மாதம் இரண்டு முறை (அ) அதற்கு மேல் வருவது
- 24 மணி நேரங்களுக்கு மேல் தொடர்வது
- அன்றாட வாழ்க்கை முறையைப் பாதிப்பது
- வாரத்துக்கு இரண்டு நாள்களுக்கு மேல் மருந்துகளின் தேவை
- எடுத்துக்கொள்ளும் மருந்துகளால் தலைவலி தீராத நிலை.

ஆகிய காரணங்களால், மைக்ரெய்னைத் தடுக்கும் மருந்துகளைத் தினமும் எடுத்துக்கொள்ள வேண்டிய தேவை ஏற்படலாம்.

மைக்ரெய்னைத் தடுக்கும் சில மருந்துகள்

1. பீட்டா ப்ளாக்கர்
2. வலிப்பு மருந்துகள்
3. ஆன்டி டிப்ரசன்ட் (மன இறுக்கம் நீக்கும் மருந்துகள்)
4. கால்சியம் சேனல் ப்ளாக்கர்

•

தலைவலி இல்லாத மைக்ரெய்ன் அறிகுறிகள்

முன்

- மன இறுக்கம்
- மயக்க நிலை
- பலவீனம்
- தாகம் / இனிப்புக்கு ஏங்குதல்
- மந்தநிலை

- எளிதில் கோபமடைதல்
- பயந்த நிலை
- அடிக்கடி கொட்டாவி விடுதல்

பின்

- அமைதி
- மனம் குதூகலமடைதல்
- மிகவும் அதிகக் கவனமாக இருத்தல்
- அதிக அளவு சக்தி

மைக்ரெய்ன் தலைவலி வரும் காலம்

- சிலருக்கு அதிகாலை நேரத்திலும், சிலருக்கு மதியம் தொடங்கி மாலை வரையிலும் வரக்கூடும்.
- வார முடிவின் தலைவலி (Weekend Headaches)– வாரம் முழுவதும் அதிக இறுக்கத்துடன் வேலை செய்தாலும் வராத தலைவலி, விடுமுறை நாளன்று காலையிலேயே தொடங்கி, விடுமுறை நாளைப் பாழாக்கிவிடும். இதற்கு, மூன்று காரணங்கள் சொல்லப்படுகின்றன. அவை:

1. வாரம் முழுதும் அடக்கி வைத்திருந்த ‘ஸ்ட்ரெஸ்’, திடீரென்று தலைவலியாக வெளிப்படக்கூடும்.

2. விடுமுறை என்று அதிகமாகத் தூங்குவது. (தூக்கம் ஒரு காரணி).

3. விடுமுறை நாள்களில் குறைவான அளவு காபி/டீ குடிப்பதாலும் இது ஏற்படக்கூடும் (வேலை நாள்களில் அலுவலகத்தில் அதிகமாக காபி / டீ குடிப்பவராக இருந்தால்).

-

மைக்ரெய்னுடன் மற்ற நோய்கள்

மன நோய்கள்

மைக்ரெய்னுக்கும் சில மனநோய்களுக்கும் உள்ள தொடர்பு சர்ச்சைக்குரியது. மன இறுக்கம், படபடப்பு ஆகியவை ஒற்றைத் தலைவலியுடன் ஒரு விசித்திரமான

தொடர்புடையவை. மைக்ரெய்ன் இருப்பவர்களுக்கு மன இறுக்கமும் படபடப்பு நிலையும் (ஆங்க்ஸைடி) வருவதற்கான வாய்ப்புகள் அதிகம். அதுபோலவே, மன இறுக்கம்/படபடப்பு உள்ளவர்களுக்கு மைக்ரெய்ன் தலைவலி வருவதற்கான வாய்ப்புகளும் அதிகம்.

இந்த விநோதமான தொடர்புக்கு, ஜீன்கள் (பரம்பரையில் வரக்கூடிய தன்மை) ஒரு காரணமாக இருக்கலாம் என்கிறது ஓர் ஆய்வு. இம்மாதிரி ஒற்றைத் தலைவலிகளுடன் ஏற்படும் மனநோய்களுக்கும் சிகிச்சை அளிப்பதால் மட்டுமே, மைக்ரெய்னை முழுமையாகத் தீர்க்க முடியும்.

ஃபைப்ரோ மயால்ஜிதா

ஃபைப்ரோ மயால்ஜியா (தசை/தசைநார் வலிகள்) என்பது உடலின் பல பாகங்களிலும் ஏற்படும் வலி. முக்கியமாகக் கழுத்து, முதுகு, இடுப்புப் பக்கம் வலி. வலிக்கான மற்ற காரணங்கள் அனைத்தும் பரிசோதனைகளால் இல்லை என்று தெரிந்தபின்பே, இந்த நோய் அறியப்படுகிறது. இந்த நோய் உள்ளவர்களுக்கும் ஒற்றைத் தலைவலி, டென்ஷன் தலைவலிகள் அதிக அளவில் வரக்கூடும். வலி உணரும் நரம்புகள் அதிக அளவில் தூண்டப்படுவதே இதற்குக் காரணமாகச் சொல்லப்படுகிறது.

ரெஸ்ட்லெஸ் லெக்ஸ் சிண்டிரோம்

அதுபோலவே, கால்களில் (சில சமயம் கைகளில்) குடைச்சலுடன் கூடிய ஒருவித வலி, தூக்கத்தைக் கலைத்து, கால்களை அல்லது கைகளை ஆட்டிக்கொண்டிருக்கவைக்கும். ‘ரெஸ்ட்லெஸ் லெக்ஸ் சிண்டிரோம்’ என்று பெயர். இந்தப் பாதிப்பு உள்ளவர்களுக்கும் மைக்ரெய்ன்/ஃபைப்ரோ மயால்ஜியா நோய்கள் இருக்கக்கூடும். இரவில் ஒரு வலிக்கு எடுத்துக்கொள்ளும் மருந்து, மற்ற வலிகளுக்கும் நிவாரணம் அளிக்கும். கைகால் குடைச்சல் பாதிப்பால் தூக்கம் கெட்டு, மைக்ரெய்ன் போன்ற தலைவலிகள் அதிகரிக்கும் வாய்ப்புகள் அதிகம்.

இரிடபுள் பவல் சிண்ட்ரோம் / ரேனாட்ஸ் ஃப்னாமினன்

‘இரிடபுள் பவல் சிண்டிரோம்’ (வயிற்று வலி, பேதியும் மலச்சிக்கலும் மாறி மாறி வரக்கூடிய காரணம் தெரியாத

பாதிப்பு), 'ரேனாட்ஸ் ஃப்னாமினன்' (குளிரில் விரல் நுனிகள் நீலநிறமாகி, மிக அதிக அளவில் வலிக்கும். சிறு ரத்தக் குழாய்கள் சம்பந்தமானது இந்தப் பாதிப்பு) போன்றவையும் மைக்ரெய்னுடன் சேர்ந்து இருக்கக்கூடும்.

•

மைக்ரெய்ன் மாற்றுச் சிகிச்சை முறைகள்

மைக்ரெய்ன் சிகிச்சைக்கு, வலி தீர்க்கும் மருந்துகள், வலி வராமல் தடுக்க மருந்துகள், குறுகிய/நீண்ட கால மருத்துவச் சிகிச்சை முறைகள், ஃபிஸியோதெரபி, வாழ்க்கைமுறை மாற்றங்கள் (Lifestyle Changes) எனப் பல வழிமுறைகள் பின்பற்றப்பட்டாலும், இவற்றுக்கு மாற்றாக உள்ள சில சிகிச்சை முறைகளையும் நாம் மேற்கொள்ளலாம். மருந்துகள் இல்லா வழிமுறைகள், உடல் மற்றும் மனதுக்கு அமைதியை அளிப்பதன் மூலம், மைக்ரெய்ன் எனப்படும் ஒற்றைத் தலைவலியைக் கட்டுப்படுத்த முடியும் என்று நம்பப்படுகிறது.

- வைட்டமின்கள்
- ரிபோஃப்ளேவின் (Vitamin B2 - 400 mg/day)
- மெக்னீஷியம்
- கோ என்ஸைம் Q
- வைட்டமின் B12 (ஹைட்ராக்ஸி கோபாலமின்)
- வைட்டமின் B6 (பைரிடாக்ஸின்) (100 to 150 mg/day)

வைட்டமின் A அதிகம் எடுத்துக்கொள்ளக்கூடாது. இதனால், சிலருக்குத் தலையின் உள்ளே அழுத்தம் அதிகரிக்கும் ஆபத்து உள்ளது. வைட்டமின்களையும், தாவர உணவுச் சத்துப் பொருள்களையும் தேவைக்கு அதிகமான அளவில் எடுத்துக்கொள்ளக்கூடாது.

- மூலிகைகளும் தாவரங்களும்

நமது பாரம்பரிய சிகிச்சை முறைகளில் இவை அதிகமாகப் பயன்படுத்தப்படுகின்றன. வலி நிவாரணிகளாகவும் தசைகளைத் தளர்த்தும் மருந்துகளாகவும் நீண்டகால உபயோகத்துக்கு இவை உதவும்.

1. ஆவிபிடித்தல் - பெப்பர்மின்ட் ஆயில்

2. மசாஜ் (நெற்றிப்பொட்டு/தலை) - பெப்பர்மின்ட், யூகலிப்டஸ் ஆயில்

3. வெந்நீர்க் குளியல்

4. சூடு/ஜில் (ஐஸ்) துணி ஒத்தடம்

5. மூலிகைகள் கலந்த நீரில் கால்களைச் சிறிது நேரம் வைத்திருத்தல்.

6. வெந்நீரில்/குளிர்ந்த நீரில் கால்களை நனைத்துவைத்திருத்தல்.

7. தலையில் துணியால் இறுக்கிக் கட்டிக்கொள்ளுதல்.

- ஃபிஸியோதெரபி (இயன்முறை சிகிச்சை)

கழுத்துத் தசைகளைத் தளர்த்துதல், அசைவுகளை எளிதாக்குதல், கழுத்து நிலைகளைச் சரிசெய்தல் (Manupulation) போன்ற உடல் இயக்கச் சிகிச்சைகள் மூலம் மைக்ரெய்ன் தலைவலிக்கு நிவாரணம் காணலாம்.

- அக்குபிரஷர்

கை விரல்களால் உடலின் சில அக்குப்புள்ளிகளில் அழுத்தம் கொடுப்பதால் வலி குறைகிறது. உடலில் சக்தி ஓட்டம் இருக்கும் பாதைகளில் தடை ஏற்படுவதால் வலி வருவதாகவும், இப்படி விரல்கள் சில குறிப்பிட்ட பகுதிகளை அழுத்துவதால், அந்தத் தடைகள் நீங்கி, சக்தி ஓட்டம் சீரடைந்து வலி நீங்குவதாகவும் நம்பப்படுகிறது.

- அக்குபங்சர்

உடலில், சக்தி ஓட்டம் இருக்கும் பாதைகளில் வேலை செய்கிறது. இந்தச் சிகிச்சையில் பயன்படுத்தப்படும் மெல்லிய ஊசிகள், உடற்பகுதியில் சில அக்குப்புள்ளிகளில் குத்தப்படுவதால், செரடோனின், நார் எபிநெஃப்ரின் போன்ற ரசாயனப் பொருள்கள் சுரக்கின்றன. இவை வலியைக் கட்டுப்படுத்துகின்றன. மைக்ரெய்ன், டென்ஷன் தலைவலிகளுக்கு இது மிகவும் பலன் தருவதாக சில மருத்துவக் குறிப்புகள் கூறுகின்றன.

- ஹைட்ரோதெரபி (நீர் சிகிச்சை)

மசாஜ் சிகிச்சையுடன் இந்த நீர் சிகிச்சை அளிக்கப்படுகிறது. சூடு/குளிர்ந்த நீர் ஒத்தடங்கள், நீராவிக் குளியல் போன்றவை,

மனம் உடல் இரண்டையும் தளர்த்தக்கூடியவை. அத்துடன், வலியிலிருந்தும் விடுதலை அளிக்கின்றன.

- யோகாசனப் பயிற்சிகள்

இந்தப் பயிற்சி முறையானது, உடல், மனம், உணர்ச்சிகள் அனைத்தையும் ஒருமுகப்படுத்தும் வாழ்க்கைப் பயிற்சி என்று இந்தியக் கலாசாரம் சொல்கிறது. உடலில் ரத்த ஓட்டம் அதிகரித்தல், டென்ஷன் குறைதல், வலி குறைதல், உடலிலிருந்து நச்சுப் பொருள்கள் நீங்குதல் போன்ற பலன்கள் யோகாசனப் பயிற்சினால் ஏற்படுவதாக நம்பப்படுகிறது.

- நடத்தை, எண்ண ஓட்டங்களை மாற்றும் பயிற்சி

மருந்துகள் விரும்பாத அல்லது ஒத்துக்கொள்ளாத தலைவலி நோயாளிகள், நடத்தை மற்றும் எண்ண ஓட்டங்களை மாற்றும் பயிற்சிகளை BEHAVIORAL THERAPIES) மேற்கொள்ளலாம்.

1. தசைகளைத் தளர்த்துதல் (RELAXATION TRAINING).
2. சிறு மின்அலைகள் மூலம் வலியைக் குறைத்தல் (BIO FEED BACK THERAPY).
3. மூளை– மனம்- பழக்கம் சார்ந்த மாற்றங்கள் ஏற்படுத்தும் முறை (COGNITIVE- BEHAVIORAL OR STRESS- MANAGEMENT).

மேற்கூறிய வழிமுறைகளால், தலைவலியின் வீரியம், தன்மை, அடிக்கடி ஏற்படுதல் போன்றவை குறைக்கப்படுகின்றன. இவை தவிர, போடாக்ஸ் சிகிச்சை, ஹிப்னோதெரபி/மெடிடேஷன், மன உளவியல் நிபுணர்கள் மூலம் கௌன்சலிங், ஸ்ட்ரெஸ் மேனேஜ்மென்ட் (மன அழுத்த மேலாண்மை), ரிலாக்ஸேஷன் தெரபி (புத்தாக்கப் பயிற்சி) ஆகியவையும் கொடுக்கப்படுகின்றன.

மைக்ரெய்ன்: சில கேள்விகளும் பதில்களும்

- கண்களில் 'பளிச்பளிச்' என்ற வெளிச்சமோ வேறு சமிக்ஞைகளோ இல்லையென்றால், அது மைக்ரெய்ன் தலைவலி அல்ல என்பது சரியா?

தவறு. அறிகுறிகள் இல்லாமல் மைக்ரெய்ன் தலைவலி வரக்கூடும். 15 முதல் 20 சதவீதம் பேருக்கே அறிகுறிகள்

தோன்றும். அறிகுறிகள் - பார்வை, சத்தம், வாசனை, ருசி, வேறு உணர்ச்சிகள், மனநிலை மாற்றங்கள். 15 நிமிடங்கள் முதல் 1 மணி நேரம் வரை தொடரக்கூடும்.

- தலையின் ஒருபக்கம் மட்டுமே வலிக்கும்.

உண்மை. மற்ற தலைவலிகளைப்போல் அல்லாமல் ஒருபக்கம் மட்டுமே தோன்றும். நேரம் ஆக ஆக மறுபக்கத்துக்கும், தலை முழுவதற்கும் பரவும் தன்மை உண்டு. 'இடி'ப்பதைப் போன்ற வலி மைக்ரெய்னின் தனிச்சிறப்பு குணம். 4 மணி நேரம் வரை வலி நீடிக்கும். சிலருக்கு, ஒரு வாரம் வரைகூட மிதமான 'தலைக்கனமாக'த் தொடரக்கூடும்.

- மைக்ரெய்ன் தலைவலியால் அதிகம் பாதிக்கப்படுவது பெண்கள்தான்.

உண்மை. நான்கில் மூன்று பெண்கள் பாதிக்கப்டுகின்றனர். பருவ வயது வரை ஆண்களுக்கும், பருவ வயதுக்குப் பிறகு பெண்களுக்கும் அதிகமாக மைக்ரெய்ன் வரும்.

- மைக்ரெய்ன் எவ்வளவு மணி நேரத்தில் அதன் உச்சத்தை அடையும்?

A. 10-15 நிமிடங்கள்

B. 1-2 மணி நேரம்

C. ஒரு நாள்

D. ஒரு வாரம்.

B தான் சரி. மிதமான வலியாக ஆரம்பித்து, ஒன்று அல்லது இரண்டு மணி நேரத்தில் முழுமையான மைக்ரெய்ன் தலைவலியாகத் தீவிரமடைந்துவிடும்.

- வயது அதிகமாக அதிகமாக மைக்ரெய்ன் பாதிப்பு குறையும். வலி, மிகவும் மிதமான அளவிலேயே இருக்கும்.

உண்மை. 40 வயதுக்குமேல், முக்கியமாக மாதவிலக்கு நிற்கும் காலத்திலிருந்து மைக்ரெய்ன் தலைவலி குறையத் தொடங்கும்.

சில பெண்களுக்கு, ஹார்மோன்களால் மைக்ரெய்ன் தூண்டப்பட்டால், மெனோபாஸ் சமயங்களில் மைக்ரெய்ன் தலைவலி அதிகமாகக்கூடும்.

- மைக்ரெய்னுக்கு எடுத்துக்கொள்ளும் மருந்துகள் டென்ஷன் தலைவலிக்கும் உதவுமா?

உதவாது. ஆனால், டென்ஷன் தலைவலிக்கு உபயோகப்படுத்தும் சில வலிநிவாரணிகள், மைக்ரெய்னுக்கும் உதவக்கூடும்.

- பரம்பரை பரம்பரையாக மைக்ரெய்ன் வரக்கூடும்.

உண்மை. மைக்ரெய்ன் உள்ள ஐந்தில் நான்கு பேருக்கு, அவர்களுடைய குடும்பத்தில் வேறு சிலருக்கும் மைக்ரெய்ன் இருந்திருக்கும் வாய்ப்புகள் உண்டு.

பெற்றோரில் ஒருவருக்கு மைக்ரெய்ன் இருந்தால், அவர்களது குழந்தைகளுக்கு மைக்ரெய்ன் வர 50 சதவீத வாய்ப்பு உள்ளது.

பெற்றோர் இருவருக்கும் மைக்ரெய்ன் இருந்தால், அவர்களது குழந்தைகளுக்கு மைக்ரெய்ன் வர 75 சதவீத வாய்ப்பு உள்ளது.

- நன்றாகத் தூங்கினால் மைக்ரெய்னைத் தவிர்க்கலாம்.

உண்மை. நல்ல தூக்கம், மைக்ரெய்ன் தலைவலியைத் தவிர்க்கக்கூடும். டென்ஷன், சரியான நேரத்தில் உணவு உட்கொள்ளாமை, வாழ்க்கை முறையில் மாற்றங்கள் போன்றவை மைக்ரெய்னைத் தூண்டும் காரணிகள் ஆகும்.

- தினமும் சிறிது தூரம் நடைப்பயிற்சி செய்தால் மைக்ரெய்னைத் தடுக்கலாம்.

உண்மை. தினசரி உடற்பயிற்சிகள், நடைப்பயிற்சி மைக்ரெய்னை தடுக்கக்கூடும். ஒரு சிலருக்கு, உடற்பயிற்சிகளே மைக்ரெய்னைத் துவக்கி வைக்கவும்கூடும். எச்சரிக்கை தேவை.

- மைக்ரெய்ன் இருப்பவர்களுக்குப் பக்கவாதம், ஹார்ட் அட்டாக் வருவதற்கான சாத்தியக்கூறுகள் அதிகம்

உண்மை. சமிக்ஞைகளுடன் கூடிய மைக்ரெய்ன் தலைவலியால் பாதிக்கப்பட்ட பெண்களுக்கு ஹார்ட் அட்டாக் (91 சதவீதம்), பக்கவாதம் (108 சதவீதம்) வருவதற்கான வாய்ப்புகள் அதிகம்.

சமிக்ஞைகள் இல்லா மைக்ரெய்ன் உள்ள பெண்களுக்கும், ஹார்ட் அட்டாக்/ பக்கவாதம் (25 சதவீதம்) வரும் வாய்ப்புகள் உண்டு.

- மருந்துகள் தவிர, வேறு வகை சிகிச்சை முறைகளும் மைக்ரெய்ன் தலைவலியிலிருந்து நிவாரணம் பெற உதவும்.

உண்மை. பயோ feed back பயிற்சிகள், யோகாசனப் பயிற்சி, மசாஜ், அக்குபங்சர், ரிலாக்ஸேஷன் பயிற்சிகள் போன்றவை மைக்ரெய்ன் தலைவலிக்கு நிவாரணம் அளிக்கலாம்.

7

கிளஸ்டர் அல்லது கொத்துத் தலைவலிகள்

27 வயதான விஜயகுமார் ஆட்டோ ஓட்டுபவர். சவாரிகளுக்கு இடையே கட்டாயம் புகைபிடிப்பவர். அதேபோல், இரவாகிவிட்டால் அவருக்கு மது அருந்தியே ஆக வேண்டும்.

பல சமயங்களில் மிகக் கடுமையான தலைவலிகள் அவரை ஆட்டோ ஓட்டவிடாமல் தொந்தரவு செய்துவந்தன. தலைவலி வரும்போதெல்லாம், வலது கண்ணும் வலது பொட்டும் வெடித்துவிடுவதுபோல் வலிக்கும். கண்ணிலிருந்து நீரும், மூக்கடைப்பும், வியர்த்துக் கொட்டுதலும் அவரை மிகவும் துன்புறுத்தும்.

பல மருத்துவர்களைப் பார்த்து, உடனுக்குடன் மருந்து மாத்திரைகள் (எல்லாம் மைக்ரெய்னுக்குரியவை) எடுத்துக் கொள்வார். இடையிடையே நான்கைந்து மாதங்களுக்குத் தலைவலி வராமல் இருக்கும். பிறகு மீண்டும் அதேபோல் தலைவலிகள் வருவதும், அவர் மிகவும் வலியினால் அவதிப்படுவதும், மனைவியிடம் எரிந்து விழுவதும், தலையைச் சுவற்றில் முட்டிக்கொள்வதும் தொடர்ந்தன. அப்போதெல்லாம், "சார், பேசாம கழுத்துல கயித்த மாட்டித் தொங்கிடலாம்போல இருக்கும் சார்" என்பார்.

இரண்டு வருடங்களுக்குப் பிறகுதான், அவரது பழக்கவழக்கங்கள், கிட்டத்தட்ட ஒவ்வோர் ஆண்டிலும் ஒரே பருவத்தில் (வெயில் காலத்தில் வந்ததால் வெயிலினால் என்று சிலரும், வெயில் காலத்தில் புகைபிடிப்பது, மது அருந்துவது போன்றவை இப்படித் தலைவலிகளை உருவாக்கும் என்று சிலரும் கூறியதுண்டு.) வருவது, அமைதியின்றி இருப்பது, எரிச்சலடைவது, எப்போதும் வலது பக்கத்திலேயே வருவது போன்றவற்றால் காரண காரியங்களை வைத்து ஆராய்ந்தபோது, அவருக்கு வந்திருப்பது 'கொத்துத் தலைவலி' அதாவது, கிளஸ்டர் தலைவலி என்று அறிய முடிந்தது.

•

தினமும், பலமுறை சிறிது நேரமே இருக்கக்கூடிய (கொத்துக் கொத்தாக) தலைவலிகள், ஒன்று முதல் நான்கு மாதம் வரை நீடிக்கும். பின்னர் 6 முதல் 24 மாதங்கள் வரை தலைவலி வராது.

மீண்டும் கொத்துக் கொத்தாக வரத் தொடங்கும்.

இந்தத் தலைவலி மிகவும் அரிதாக வரக்கூடியது. ஆயிரத்தில் ஒருவருக்கு வருவதே அபூர்வம். பெண்களைக் காட்டிலும் ஆண்களுக்குத்தான் அதிக அளவில் (75 சதவீதம்) இந்தத் தலைவலி வருகிறது. அதிலும், புகைப்பிடித்தல்/மதுப்பழக்கம் உள்ளவர்களுக்குத்தான் அதிகமாக வருவது.

இவை, மைக்ரெய்னைப் போலவே, தலையின் 'ஒரு பக்கம்' மட்டுமே வலிக்கக்கூடியவை. கண்களைச் சுற்றியும், நெற்றிப் பொட்டிலும், மேல்தாடையிலும் வலிக்கும். மிகவும் கடுமையாகவும், தாங்கமுடியாத அளவிலும் (Excruciating) வலி இருக்கும். அதாவது, 'பழுக்கக் காய்ச்சிய' இரும்புக் கம்பியால் கண்களில் குத்தினாற்போல் வலிக்கும்.

நல்ல ஆழ்ந்த தூக்கத்தில் இருக்கும்போதுகூட, திடீரென்று விழித்தெழச் செய்யக்கூடியது இந்த வலி. 15 முதல் 90 நிமிடம் வரை தொடர்ந்து வலிக்கும். பிறகு நின்றுவிடும். சில மணி நேரத்துக்குப் பிறகு மீண்டும் வலிக்க ஆரம்பிக்கும். இப்படி தினமும் நான்கைந்து முறை விட்டுவிட்டு வலி வரும். (கொத்துக் கொத்தாக தினமும் பலமுறை வரும்). சிலருக்கு, தினமும் குறிப்பிட்ட ஒரே நேரத்தில் வலி வரும்.

கண்ணீர் வருதல், கண்கள் சிவந்துபோதல், கண் இமைகள் மூடிக்கொள்ளுதல் ஆகிய அறிகுறிகள் அதிகமாகக் காணப்படும். தலையில் வலிக்கும் பகுதியில் மூக்கடைப்பு அல்லது மூக்கு ஒழுகுதல், முகவீக்கம், கண் இமை வீக்கம் ஆகியவை தோன்றக்கூடும்.

மைக்ரெய்னைப்போல் அல்லாமல், கிளஸ்டர் தலைவலிகள் படுத்து ஓய்வெடுத்தால் அதிகமாகும். படபடப்பும் ஒருவிதத் தவிப்பும் ஏற்படும். இந்தத் தலைவலி உள்ளவர்கள், அங்குமிங்கும் நடந்துகொண்டே இருப்பார்கள். அமைதியின்றி, முன்னும் பின்னும் உடலை ஆட்டிக்கொண்டே இருப்பார்கள். சில சமயங்களில், வலி தாங்காமல் சுவற்றில் முட்டிக்கொள்ளவும் செய்வார்கள்.

சிலருக்குத் தொடர்ந்து ஒரு வருடத்துக்கும் மேல் இடைவிடாது, இம்மாதிரி கொத்துத் தலைவலிகள் வந்தால், அவை 'நீண்டநாளைய கொத்துத் தலைவலி' (Chronic Cluster Headache) என்று வகைப்படுத்தப்படும்.

தினமும் ஒரு குறிப்பிட்ட நேரத்திலோ, வருடா வருடம் ஒரு குறிப்பிட்ட பருவத்திலோ இம்மாதிரித் தலைவலிகள் வருவதால், இவை மூளையின் 'ஹைபோதலாமஸ்' பகுதியிலிருந்து ஏற்படலாம் என்று கருதப்படுகிறது. (ஹைபோதலாமஸை 'மூளையின் கடிகாரம்' என்று சொல்வார்கள்). இவ்வகைத் தலைவலியின்போது, ஹைபோதலாமஸ் மிகவும் அதிகமாகச் செயல்படுவதாக PET எனப்படும் அதிநவீன ஸ்கேன்கள் மூலம் கண்டுபிடித்துள்ளனர்.

மேலும், தலை, கழுத்து, கண் ஆகியவற்றின் வலி அறியும் நரம்பான 'ட்ரைஜெமினல் நரம்பு' (தலையில் உள்ள 12 ஜோடி நரம்புகளில் 5வது ஜோடி நரம்பு) அதிகமாக அதிர்வடைவதால், தலை மற்றும் கண்களில் வலி ஏற்படுவதாகவும் கண்டறியப்பட்டுள்ளது.

பாராஸிம்பதெடிக் நரம்புகள் அதிர்வடைவதால், மூக்கில் நீர் கொட்டுதல், வியர்த்தல், கண் இமைகளில் வீக்கம் ஆகியவை ஏற்படுகின்றன. அதுபோலவே, கண்களுக்குப் பின்னால் செல்லும் 'கரோட்டி' தமனியின் வீக்கத்தினால், 'ஸிம்பதெடிக்' நரம்புகள் பாதிக்கப்படுகின்றன. இதனால், கண்ணை இமை மூடிக்கொள்வதும், பாப்பா எனப்படும்

கருவிழியின் ஓட்டை சிறியதாகவும் ஆகிவிடுகின்றன. இவை அனைத்தும், கொத்துத் தலைவலி ஏற்படும் அதே பக்கத்தில் ஏற்படுகின்றன.

கொத்துத் தலைவலிகள், மனித நேயம், திறமை ஆகியவற்றைப் பாதிக்கக்கூடியவை. மிகக் கடுமையான வலி காரணமாக, எந்த ஒரு வேலையும் செய்யமுடியாமல், அங்குமிங்கும் அலைந்தபடி, மிகுந்த வேதனையில் அவதிப்படுவார்கள். தலைவலி நின்ற பிறகுகூட, அதிகச் சோர்வும் தூக்கமின்மையும், பாதிக்கப்பட்டவரின் திறமைகளையும், வேலை செய்யும் நேரத்தையும் பாதிக்கும்.

கிளஸ்டர் தலைவலியின் கொடுமை தாளாமல், தற்கொலை செய்துகொள்ளவும் சிலர் முயற்சிப்பர். அதனால், இவ்வகைத் தலைவலிகளை 'தற்கொலைத் தலைவலிகள்' என்று மருத்துவ உலகம் குறிப்பிடுகிறது.

•

சிகிச்சை முறைகள்

கொத்துத் தலைவலிகளைப் 'போர்க்கால' அவசரத்தில் அணுக வேண்டும். வலியின் கடுமையாலும், திரும்பத் திரும்ப வரும் தன்மையாலும், நோயாளிகளுக்கு உடனடி நிவாரணம் செய்வது மிகமிக அவசியம். நல்ல, சரியான சிகிச்சை அளிக்கப்படாத நிலையில், நீண்டகாலமாக அவதிப்படும் நோயாளிகள், வலியின் தீவிரம் தாங்கமுடியாமல் 'தற்கொலை' செய்துகொள்ளவும் தயங்கமாட்டார்கள். அதனால், மிகவும் எச்சரிக்கையாக இருக்க வேண்டும்.

இம்மாதிரி தலைவலி வராமல் தடுக்கக்கூடிய சிகிச்சை முறைகளே சிறந்தவை. அதுவும், எவ்வளவு விரைவாக ஆரம்பிக்க முடியுமோ அவ்வளவு விரைவாக சிகிச்சையைத் தொடங்க வேண்டும். முழு அளவுடன் கொடுக்கப்படும் மருந்துகள் வேலை செய்ய ஓரிரண்டு வாரங்கள்கூட ஆகும்.

உடனடித் தீர்வுக்கு

- கார்டிகோ ஸ்டீராய்டுகள்
- தினமும் இரவில் எர்காடமைன்
- ஊசி மூலம் மருந்துகள்
- பின்தலை நரம்புகளை மரக்கடித்தல் (Nerve Blocks)

உடனடித் தீர்வுக்கான மருந்துகள், அப்போதுள்ள கொத்துத் தலைவலியை ஓரளவு குறைக்கக்கூடியவை. அதே நேரத்தில், நீண்ட நாள்களுக்கு எடுத்துக்கொள்ளக்கூடிய மருந்துகள் உள்ளன. (வெராபமில், லிதியம் போன்றவை). நோயாளியின் உடல்நிலையைக் கருத்தில்கொண்டு, அவருக்கேற்ப மருந்துகள் சிபாரிசு செய்யப்படும்.

குடைமிளகாயிலிருந்து தயார் செய்யப்படும் 'கேப்ஸைஸின்' களிம்பைப் பயன்படுத்தினால் (மூக்கில்), இந்தத் தலைவலி குறைவதாகக் கண்டறிந்துள்ளனர்.

எந்த மருத்துவ சிகிச்சையும் பலன் அளிக்காவிட்டால், அறுவை சிகிச்சை மூலம் ஹைபோதலாமஸை அதிர்வடையச் செய்தல், பின்மண்டையின் நரம்பைச் செயலிழக்கச் செய்தல் போன்றவை மேற்கொள்ளப்படுகின்றன. இவை, கொத்துத் தலைவலிகளுக்கான இறுதியான ஒரு தீர்வாக மிகவும் கவனத்துடன் செய்யப்பட வேண்டிய சிகிச்சை முறைகள். ஏனெனில், இந்த நடவடிக்கைகளால் ஏற்படும் சிக்கல்கள் அதிகமானவை, அபாயகரமானவை.

அவசர சிகிச்சை அளிக்கவேண்டிய தலைவலிகள்

1. மூளையில் ரத்தக் கசிவு – திடீரெனத் தோன்றும் மின்னல் – இடி போன்ற தலைவலிகள்
2. ஐம்பது வயதுக்கு மேல் வரும் திடீர்த் தலைவலிகள்
3. மூளைக்காய்ச்சல் / மெனிஞ்சைடிஸ் சார்ந்த தலைவலிகள்
4. மூளைக் கட்டிகள்
5. மூளையில் ரத்தக் குழாய்களில் பாதிப்பு

மைக்ரெய்ன் போலவே, கிளஸ்டர் தலைவலிகளுக்கும் உடனடி சிகிச்சை பலனளிக்கக்கூடும் என்பதால், தலைவலி ஆரம்பிக்கும்போதே (மிக ஆரம்ப நிலையிலேயே- அறிகுறிகள் ஏதேனும் இருந்தால் அப்போதே) சிகிச்சை அளித்தால், மிகத் தீவிரமான வலியிலிருந்தும் வேதனையிலிருந்தும் ஓரளவுக்குத் தப்பிக்க முடியும்.

தலைவலி தொடங்கிய நேரத்தில் மருத்துவமனையில் சேர்ந்து சுமார் பத்து நிமிடங்களுக்கு முகத்தை மூடிய நிலையில் தூய்மையான பிராணவாயு (100 சதவீத ஆக்ஸிஜன்) கொடுத்தால், நல்ல பலன் கிடைக்கும். ஆனாலும், சிலருக்கு இந்தச் சிகிச்சைமுறையால் தலைவலி வருவதைச் சிறிது தள்ளிப்போடலாமே தவிர, முழுமையான தீர்வாகப் பலருக்கு இருப்பதில்லை.

தோலுக்குக் கீழே செலுத்தக்கூடிய சுமாட்ரிப்டான் ஊசி, தசையில் (IM) அல்லது ரத்தக் குழாயில் (சிரையில் - IV) செலுத்தக்கூடிய டைஹைட்ரோ எர்காட்டமின் போன்றவை, இம்மாதிரியான தலைவலிகள் தீவிரம் அடையாமல் தடுக்க உதவக்கூடும்.

கொத்துத் தலைவலிகளுக்கு, எந்தச் சிகிச்சை முறையானாலும், நல்ல மருத்துவ ஆலோசனையுடன் மருத்துவமனையில், நரம்பியல் சிறப்பு மருத்துவர்கள் உதவியுடன் செய்துகொள்வதே பாதுகாப்பானது, முறையானது.

8

டென்ஷன் தலைவலி

'மண்டை முழுக்கக் குடையுது... வாந்தி வர்றா மாதிரியே இருக்குது... வலியினால் தூக்கமே கிடையாது... பேசாம கயித்துல தொங்கிடலாமான்னு தோணுது' என்ற சாந்திக்குக் கண்ணில் கண்ணீர். 28 வயதில் தனியார் கம்பெனி ஒன்றில் சாதாரண குமாஸ்தாவாகப் பணிபுரியும் சாந்திக்கு இன்னும் திருமணம் ஆகவில்லை. அருகே கவலைதோய்ந்த முகத்துடன், கழுத்தில் மஞ்சள் கயிறு, கையில் ரப்பர் வளையலுடன் சாந்தியின் அம்மா. வீடுகளில் சமையல் வேலை அவரது தொழில்.

பார்த்தவுடனேயே தலைவலிக்கான காரணம் வீட்டுச் சூழ்நிலைதான் (நிதிநிலை நெருக்கடி) என்று தோன்றியது. தலைவலிக்கான குறைந்தபட்சப் பரிசோதனைகள் எதிர்பார்த்த படியே நார்மலாக இருந்தன. திரும்பத் திரும்பக் கேட்டதில், மதுவுக்கு அடிமையான தந்தைதான் காரணம் என்பது புரிந்தது.

தானும் வேலைக்குச் செல்லாமல், மகளின் மாத வருமானத்தையும் தன் குடிக்குப் பயன்படுத்திய தந்தை, வீட்டு நகைகளையும் விற்று, வீட்டிலேயே பணத்தைத் திருடவும் செய்வது தாய்க்கும் மகளுக்கும் மன

இறுக்கத்தையும் தலைவலியையும் கொடுத்ததில் வியப்பில்லை.

இந்தச் சூழ்நிலையில் தன் திருமணத்திற்காகத் தாய் மிகவும் ஜாக்கிரதையாகச் சேர்த்து வைத்திருக்கும் பணம், நகை முதலானவற்றைக் 'குடிகாரத்' தந்தையிடமிருந்து பாதுகாப்பது மிகப்பெரிய சவாலாகவும், மனக் குமைச்சலுக்கும் வேதனைக்கும் காரணமாகவும் இருக்கிறது.

எப்படி இவரது தலைவலியைக் குணப்படுத்துவது?

•

ஐந்து வயது சிறுவன் முதல் ஐம்பது வயது முதியவர் வரை, எல்லாவற்றுக்கும் டென்ஷன் ஆவது அல்லது மற்றவர்களுக்கு டென்ஷன் கொடுப்பது இப்போது மிகவும் பழகிப்போன ஒன்று.

எமர்ஜென்ஸியாக, அதிக வலியுடன், காயங்கள் ஏதும் படாமல் வரும் தலைவலிகளில், டென்ஷன் தலைவலிதான் மக்களிடையே மிகவும் அதிகமாகக் காணப்படுகிறது.

தலைவலியின்போது, நெற்றிப்பொட்டின் தசைநார்கள் எப்போதும் இறுக்கமாக ('டைட்டாக') இருப்பதால், டென்ஷன் தலைவலி, சாதாரணத் தலைவலி, மனம்சார்ந்த தலைவலி என்று பலவகையாக அழைக்கப்படுகிறது.

அறிகுறிகள்:

- தலை முழுவதும் பரவிய அல்லது தலையைச் சுற்றி ஒரு ரிப்பனை இறுக்கிக் கட்டியது போன்ற உணர்வு.
- மிதமான அல்லது சிறிது கூடுதலான வலி.
- மிகவும் பொதுவான / அடிக்கடி காணப்படும் வலி.
- முன்னறிவிப்புகள் / சமிக்ஞைகள் இல்லாமல் வரக்கூடியது.
- மிகவும் மிதமான, இருந்தும் இல்லாதது போன்ற அழுத்தும் தலைவலி.
- தோள், கழுத்து, தாடைப் பகுதிகளில் தொட்டால் வலி. (Tenderness).

- எப்போதும் இரண்டு பக்கங்களிலும் வலிக்கும். 20 சதவீதம் பேருக்கு, ஒருபக்கமாக ஒற்றைத் தலைவலி போலவும் வரக்கூடும்.
- முற்பகலுக்குப் பிறகு, மிதமான வலியாகத் தொடங்கி, மாலைக்குள் வலி உச்சத்தை அடையும். குமட்டல், வாந்தி அரிதாகவே இருக்கும்.

இந்தத் தலைவலிகள் வருவதற்கான சரியான காரணங்கள் இன்னும் கண்டறியப்படவில்லை. ஆனால், பழக்கவழக்கங்களில் மாற்றங்கள், மருந்தில்லா மாற்று மருத்துவ முறைகள் (யோகா, தியானம் போன்றவை), மிகக் குறைந்த அளவில் சில மருந்துகள் எடுத்துக்கொள்வது போன்றவை ஓரளவுக்கு பலன் தரக்கூடியவையாக இருக்கின்றன.

வகைகள்:

1. அவ்வப்போது வந்து போகக்கூடிய தன்மையுடையவை (Infrequent/episodic)

30 நிமிடங்கள் முதல் 1 வாரம் வரை இருக்கலாம். 15 நாள்களுக்கு ஒருமுறை, 3 மாதங்கள் வரை வரக்கூடும்.

2. நீண்ட நாள்களாக இருக்கக்கூடியவை

மணிக்கணக்கில் தொடர்ச்சியாக இருக்கக்கூடியவை. அதாவது, 15 நாள்களுக்கும் மேலாக இருக்கக்கூடியவை. 3 மாதங்களுக்குத் தொடர்ச்சியாக வரக்கூடியவை.

டென்ஷன் தலைவலி Vs ஒற்றைத் தலைவலி (மைக்ரெய்ன்)

- இரண்டையும் பிரித்துப் பார்ப்பது கடினம்.
- விட்டுவிட்டு வரக்கூடிய டென்ஷன் தலைவலியுடன் ஒற்றைத் தலைவலியும் உடன் இருக்கும் வாய்ப்புகளே அதிகம்.
- டென்ஷன் தலைவலிகளில் குமட்டல், வாந்தி மற்றும் முதலில் தோன்றும் அறிகுறிகளான பார்வை, கேட்டல், வாசனை போன்ற உணர்வுகளில் மாற்றங்கள் இருக்காது. ஆனால், மைக்ரெய்ன் தலைவலிகளில் இவற்றில் மாற்றம் இருக்கும்.

- உடற்பயிற்சி அல்லது செய்யும் வேலைகளால் ஒற்றைத் தலைவலி அதிகமாகக்கூடும். ஆனால், டென்ஷன் தலைவலி அப்படி அல்ல.

தினசரி வேலைகளுக்குத் தடையாகவோ, வாரம் இரண்டு முறையாவது மாத்திரை எடுத்துக்கொள்ளும்படியாகவோ தலைவலி இருந்தால், மருத்துவரை அணுகுவது நல்லது. மேலும், எப்போதும் இருக்கும் தலைவலியோ, அடிக்கடி ஏற்படும் தலைவலியோ, அதன் வீச்சு/நேரம் போன்றவற்றில் மாறுதலோ ஏற்பட்டால் உடனே மருத்துவரை அணுகவும்.

ஒருவேளை, தலையில் கட்டி, ரத்தக்கசிவு போன்ற தீவிரமான மருத்துவப் பாதிப்புகளால் இந்தத் திடீர் மாற்றம் ஏற்பட்டிருக்கக்கூடும் என்பதால் கவனம் தேவை.

-

டென்ஷன் தலைவலியால் 90 சதவீதப் பெண்களும் 70 சதவீத ஆண்களும் பெரும் அவதிக்கு ஆளாகின்றனர். அவர்களிலும் குறிப்பாக, நடுத்தர வயதினர்தான் (40 வயதுகளில்) டென்ஷன் தலைவலியால் மிக அதிகம் பாதிக்கப்படுகின்றனர்.

விளைவுகள்:

வாழ்க்கைத் தரம், வேலைத்திறன் போன்றவை பாதிக்கப்படக்கூடும். அத்துடன் மற்ற திறமைகளும் குறைந்துபோகும் அபாயம் உண்டு.

காரணங்கள்:

- சரியான காரணம் இன்னும் கண்டறியப்படவில்லை.
- முகம், கழுத்து, தலையில் உள்ள தசை நார்கள் அதிக அளவில் சுருங்குவதால் அல்லது அதிக விசையுடன் இருப்பதால் (அதிக வேலைப்பளு, மனச்சுமை, எதிர்பார்ப்புடன்கூடிய பயம் போன்றவற்றால் இது ஏற்படக்கூடும்) தலைவலி ஏற்படலாம் என்ற கருத்து இன்னும் முழுமையாக ஏற்றுக்கொள்ளப்படவில்லை.
- வலி, வாழ்வின் பிரச்சினைகள், மன அழுத்தம் இவற்றுக்கு அதிகமான அளவில் 'சென்ஸிடிவ்' ஆக இருப்பவர்களுக்கு டென்ஷன் தலைவலி வருவதாக ஆராய்ச்சிகள் கூறுகின்றன.

- டென்ஷன் தலைவலியில், கைகளால் தொட்டவுடனேயே தசைகள் வலிக்கும். இதற்குக் காரணம், வலியறி நரம்புகள் அதிக அளவில் அதிர்வடையத் தயார் நிலையில் உள்ளதுதான்.

தூண்டும் காரணிகள்:

மன அழுத்தம் (Stress), வேலைப்பளு போன்றவை டென்ஷன் தலைவலியைத் தூண்டும் காரணிகளாகும்.

தலைவலி டயரி (காரணம் அறித உதவக்கூடும்)

- தேதி
- தலைவலி நீடித்த நேரம்
- நோய் அறிகுறிகள்
- எடுத்துக்கொண்ட மருந்துகள்

நோய் அறிதல் (டயக்னோஸிஸ்)

- தலைவலியைப் பற்றிய குறிப்புகள் (வரலாறு)
- சி.டி. ஸ்கேன்
- எம்.ஆர்.ஐ. ஸ்கேன்
- ஈ.ஈ.ஜி.
- ரத்தப் பரிசோதனைகள்

மாற்று வகை சிகிச்சை முறைகள்

- ஓய்வு
- ஐஸ் ஒத்தடம்
- சுடுநீரில் குளித்தல்
- உடல்நிலை அமைப்பு (Postural Adjustments)— நிற்பது, நடப்பது, உட்கார்ந்து வேலை செய்வதன்மூலம், தலை, கழுத்து, தோள்பட்டை போன்ற பகுதிகளில் உள்ள தசைநார்களை மிகவும் இறுக்கம் ஆகாமல், அதிக விசையில்லாமல் பார்த்துக்கொள்ள வேண்டும்.
- அக்குபஞ்சர், அக்குபிரஷர், மசாஜ், சுவாசப் பயிற்சிகள், ரிலாக்ஸேஷன் பயிற்சிகள் போன்றவை பலன் தரக்கூடியவை.

- தசைநார்களில் விறைப்புத்தன்மை, ரத்தக்கொதிப்பு, இதயத் துடிப்பு, நாடித் துடிப்பு இவற்றைக் கவனித்து அதிகமாகாமல் பார்த்துக்கொள்ள வேண்டும். அதற்கான பயிற்சிமுறைகளை எடுத்துக்கொள்ள வேண்டும். இவற்றை அதிகப்படுத்தும் பயிற்சிகளைத் தவிர்ப்பது நல்லது.
- மனம், சிந்தனை ஓட்டம், நடத்தை ஆகியவற்றை நல்லமுறையில் மாற்றும் பயிற்சிகள் (Cognitive Behavioural Therapy and Other Relexation Techniques).
- ஆழ்ந்த சுவாசப் பயிற்சி, யோகா, தியானம், தசைநார்களைத் தளர்த்தும் பயிற்சிகள்.

தலைவலி நிபுணரை ஆலோசிக்கச் செல்லும்போது

தேவைப்படும் விவரங்கள்

1. தலைவலி டைரி
2. சி.டி.ஸ்கேன் (மூளை/கழுத்து)
3. ரத்தப் பரிசோதனை ரிப்போர்ட்
4. இதய மின்அலை வரைவு (இ.சி.ஜி.)
5. எடுத்துக்கொள்ளும் மருந்துகளின் விவரம்
6. முந்தைய மருத்துவ ஆலோசனையின் ரிப்போர்ட்

ஆரோக்கியமான வாழ்க்கை முறை (Healthy lifestyle)

- சரியான அளவு தூக்கம் (தூக்கமின்மை, அதிக அளவு தூக்கம் இரண்டுமே கேடு விளைவிக்கும்.)
- புகைபிடிப்பதைத் தவிர்த்தல்
- தினமும் உடற்பயிற்சி செய்தல்
- சரியான நேரத்தில் சரிவிகித உணவு சாப்பிடுதல்
- நிறைய தண்ணீர் குடித்தல்
- காபி, டீ, சர்க்கரை மற்றும் மது வகைகளை அளவுடன் எடுத்துக்கொள்ளுதல்

மேற்கண்ட வழிமுறைகளைப் பின்பற்றினால் டென்ஷன் தலைவலிக்குத் தீர்வு காணலாம். குறிப்பாக, மனம்/ உடல் இரண்டையும் அவ்வப்போது ஓய்வாக வைத்துக்கொண்டாலே, டென்ஷன் தலைவலி வராமல் தவிர்க்கலாம்.

•

இனி சாந்தி விவகாரத்துக்கு வரலாம். சாந்திக்கு உள்ள டென்ஷன் தலைவலிக்கு சிகிச்சையும், கூடவே அவரது குடிகாரத் தந்தைக்கு கவுன்சலிங், மதுப் பழக்கத்திலிருந்து விடுபட சிகிச்சை, சம்பாதிக்கும் பணத்திலிருந்து பாதுகாப்பான சேமிப்பு போன்றவையே அவரது எதிர்காலத்துக்கு உதவக்கூடும்.

9

நாள்பட்ட தினசரித் தலைவலி / காலைத் தலைவலிகள்

சேகர், அந்த கம்பெனியில் சேர்ந்த இரண்டு மாதங்களிலேயே ஒரு குழுவுக்குத் தலைவனாகி விட்டான்.

மாதத்தில் நான்கு அல்லது ஐந்து முறை மைக்ரெய்ன் தலைவலி வருவதும், அதற்கு அவன் பாரசிடமால் மாத்திரை எடுத்துக் கொள்வதும் வழக்கமானது.

சில மாதங்களுக்குப் பிறகு, கடுமையான உழைப்பால் அவனுக்கு பிரமோஷன் கிடைத்தது. நான்கு குழுக்கள் கொண்ட ஒரு தனி யூனிட்டுக்கு அவன் தலைவனானான். கூடவே வேலைப் பளு, டென்ஷன், மன இறுக்கம். இவற்றால் வரும் தலைவலிகளும் அதிகமாயின.

வழக்கமாக எடுத்துக்கொள்ளும் பாரசிடமால், தலைவலியைக் குறைக்க மறுத்தது. மருத்துவ ஆலோசனையின் பேரில் வீரியம் அதிகம் உள்ள நெப்ரோசின் / இபுப்ரோஃபன் போன்ற மாத்திரைகளை எடுத்துக்கொள்ள வேண்டி யிருந்தது.

நாள்கள் செல்லச் செல்ல, தலைவலிகளும் அதிகமாயின. எடுத்துக் கொள்ளும் மாத்திரை களின் எண்ணிக்கையும் அதிகமாயின.

ஆனால் தலைவலி மட்டும் குறையவில்லை. வேறு மருந்துகள் பரிந்துரைக்கப்பட்டாலும், அவைகூட சில காலமே பலனைக் கொடுத்தன.

இறுதியில், தன் தலைவலிக்கு ஏதாவது ஒரு மாத்திரையைத் தினமும் இரண்டு அல்லது மூன்று முறை விழுங்கும் நிலைக்குத் தள்ளப்பட்டான்.

•

இது, நீண்டகால, தினமும் வரும் தலைவலி அல்லது திரும்பத் தாக்கும் தலைவலி (CDH or Rebound Headache) என்று அழைக்கப்படுகிறது.

சிலருக்கு நீண்ட நாள்களாக இந்தத் தலைவலி இருக்கும். தினமும் வந்து பல மணிநேரம் நீடிக்கும். இதை, நாள்பட்ட தினசரித் தலைவலி அல்லது மாற்றமடைந்த தலைவலி (Chronic Migraine (or) Transformed Headache) என்றும் சொல்வார்கள்.

தன்மைகள்

- அடிக்கடி வருவது. கிட்டத்தட்ட, தினமும் வரும்.
- மாதத்தில் 15 நாள்களுக்கும் மேலாக வருவது.
- டென்ஷன் தலைவலிபோல் தொடங்கக்கூடும். வலி அதிகமாகும்போது மைக்ரெய்ன் குணங்களைக் கொண்டிருக்கும்.
- எப்போதாவது என்று தொடங்கி, அடிக்கடி என்று மாறி, மாதம் 15 நாள்கள் என்று ஆகி, பின்னர் தினமும் வரத்தொடங்கி, கடைசியில் முடிவில்லாமல் வலிக்கும் நிலை ஏற்படும்.
- தலைவலியால் பாதிக்கப்பட்டவர்களில் 2 சதவீதம் பேர் இம்மாதிரியான தலைவலிக்கு ஆளாகக்கூடும்.
- வாழ்க்கையின் முக்கியமான குடும்ப நிகழ்ச்சிகள், அலுவலகம், நண்பர்கள், பொழுதுபோக்கு போன்ற எல்லாவற்றையும் இம்மாதிரித் தலைவலிகள் பாதிக்கின்றன என்பதே கவலைக்குரிய செய்தி.
- தலைவலி பற்றிய நாள்குறிப்பு வைத்துக்கொண்டால், இவ்வகைத் தலைவலிகளை அறிந்துகொள்வதும், தகுந்த சிகிச்சை அளிப்பதும் சுலபமாகிவிடும்.

எப்போது உடனே மருத்துவரை நாடுவது?

- திடீரென்று ஏற்பட்ட மிக அதிகமான தலைவலி
- தலைவலியுடன் காய்ச்சல், கழுத்துப் பிடிப்பு, குழப்பமான மனநிலை, வலிப்புகள், இரட்டைப் பார்வை, கைகால்களில் தொய்வு, மரத்துப் போதல், பேசுவதில் சிரமம் இருந்தால்
- தலையில் அடிபட்ட பிறகு, தலைவலி திடீரென்று அதிகமனால்.

காலைத் தலைவலிகள்

காலையில் தூக்கத்திலிருந்து கண்விழிக்கும்போதே ஒருவித தலைவலியுடன், தலைபாரத்துடன் விழிப்பது பலருக்கும் ஏற்படக்கூடிய ஒன்று.

ஆராய்ச்சி முடிவுகள்படி-

- *தூக்கமின்மை*
- *குறட்டை*
- *மூச்சுத் திணறல் (மேல் சுவாச உறுப்புகளில் ஏற்படும் பாதிப்பு)*

போன்றவை இதற்குக் காரணமாக இருக்கலாம்.

1. *15 வயதுக்கு மேற்பட்டவர்களில் 8 சதவீதம் பேருக்குக் காலைத் தலைவலிகள் ஏற்படுகின்றன. இவர்களில் 2 சதவீதம் பேருக்கு தினசரியும், 6 சதவீதம் பேருக்கு அடிக்கடியும் காலைத் தலைவலிகள் வருவதாக அந்த ஆராய்ச்சி அறிவிக்கிறது.*
2. *45 வயது முதல் 65 வயது வரை உள்ள பெண்களுக்கே அதிகமாகக் காலைத் தலைவலிகள் வருகின்றன.*
3. *29 சதவீதம் அளவுக்கு, மன இறுக்கம்,* Anxiety *உள்ளவர்களுக்கு அடிக்கடி காலைத் தலைவலி வருகிறது என்பதும் ஆய்வின் உண்மைத் தகவல்.*
4. *தூக்கமின்மை, சுவாசப் பாதைகளில் அடைப்பு உள்ளவர்களுக்கு, இவை இல்லாதவர்களைவிட இரண்டு மடங்கு அதிகமாகக் காலைத் தலைவலி வருகிறது.*

5. மூளைக்குச் செல்லும் ரத்தத்தில் பிராணவாயு (ஆக்ஸிஜன்) அளவு குறைவதால், இந்தத் தலைவலி வருகிறது என்பது மருத்துவ அறிவியலாளர்கள் தெரிவிக்கும் தகவல்.

நன்கு தூங்குவதற்கு...

1. படுக்கை அறையில் டி.வி., கம்ப்யூட்டர், செல்ஃபோன் பயன்பாட்டைத் தவிர்க்கவும்.

2. குறித்த நேரத்தில் படுத்து காலையில் விழித்துக்கொள்ளப் பழகவும்.

3. படுப்பதற்கு முன் குறைந்தது 30 நிமிடங்கள் அமைதியாக ஓய்வெடுக்கவும்.

4. படுக்கும் அறை அமைதியாகவும் குளுமையாகவும் இருட்டாகவும் இருக்க வேண்டும்.

5. இரவு வயிறு நிறைய சாப்பிடுவதைத் தவிர்க்கவும்.

6. மதியம் அல்லது மாலை நேரத்தில் தூங்குவதைத் தவிர்க்கவும்.

10

குழந்தைகள் / பதின்ம வயதினருக்கு வரும் தலைவலிகள்

அந்தக் குழந்தைக்கு 7 வயது. இரண்டாம் வகுப்பு படிக்கிறாள். "அன்றாடம் பொழுது விடிந்தால் குழந்தைக்குத் தலைவலி. கிட்டத்தட்ட ஒரு வருடமாக இருக்கிறது. மற்றபடி ஹெல்த்தில் எந்தக் குறையும் இல்லை" என்றாள் அம்மா. குடும்பத்தில் வேறு எவருக்கும் தலைவலி இல்லை என்றும், வலியில் சில சமயங்களில் குழந்தை அழுவதாகவும் கூறினாள்.

"கடந்த ஒரு வருடத்தில் நிறைய டாக்டர்களைப் பார்த்தோம். சி.டி.ஸ்கேன் உள்ளிட்ட எல்லா டெஸ்டுகளும் செய்தாகிவிட்டது. எல்லாமே நார்மல் என்று வந்துவிட்டது. என்ன செய்வதென்றே தெரியவில்லை. எந்த மருந்துக்கும் தலைவலி குறையவில்லை" என்றார் அப்பா.

குழந்தையைப் பார்த்தால், குறையொன்றும் தெரியவில்லை. இருந்தாலும், காலை முதல் மாலை வரை தலைவலி இருக்கிறது என்பது அம்மா பேசியதிலிருந்து தெரிந்தது. ஒரே ஒரு கேள்வி அம்மாவைக் கேட்டபோது, தலைவலிக்கு என்ன காரணம் என்பதற்கான விடை கிடைத்தது.

"எப்படிப் படிக்கிறா? என்ன மார்க் வாங்கறா?"

“சுமாராத்தான் படிக்கிறா. 30, 35 மார்க்தான் வாங்கறா. தலைவலியால இருக்குமோன்னு நினைக்கிறேன்” என்றார் அம்மா.

இதையடுத்து, மனோதத்துவ நிபுணர் (சைகாலஜிஸ்ட்) மூலம் கல்வியில் இருக்கும் ஆர்வத்தைப் (IQ/Education) பகுத்தாய்வு செய்ததில், குழந்தைக்கு மூளை வளர்ச்சி குறைவு என்பதும் கல்வி கற்கும் திறனும் குறைவு என்பதும் உறுதியானது.

மற்ற குழந்தைகளுடன் போட்டி போட முடியாத நிலையில், குழந்தையின் உள்ளுக்குள் உருவான அழுத்தம் தலைவலியாக மாறிவிட்டது.

•

மற்றொரு உதாரணம்.

கல்லூரியில் முதலாம் ஆண்டு படிக்கும் சுமதிக்கு ஒரு வருடமாக இடைவிடாத தலைவலி. தலைவலியால் சரியான தூக்கமும் இல்லை. எல்லாப் பரிசோதனைகளும் சரியாகவே இருந்தன. இது ஏதோ மனம் சம்பந்தப்பட்ட பிரச்சினையாக இருக்கலாம் என்று தோன்றியது.

அப்பா, தனியார் கம்பெனியில் உயர் அதிகாரி. அம்மா, வீட்டைக் கவனித்துக் கொள்கிறார். வசதியான வாழ்க்கை. அந்தவகையில், குறைவு எதுவும் இல்லை. புத்திசாலிப் பெண்.

படு சுறுசுறுப்பு. படிப்பில் கெட்டி. காதல், ஊர் சுற்றுவது கிடையாது. பிறகு, அவள் தலைவலிக்கு என்னதான் காரணம்?

பெற்றோரிடம் பேசியதில், ஒரு விசித்திரமான பின்னணி இருந்தது தெரிய வந்தது.

இரண்டு வருடங்களுக்கு முன்பு சுமதியின் அம்மாவுக்குத் தீராத வயிற்றுவலி. எல்லா வகையான பரிசோதனை களையும், மருத்துவர்களையும் பார்த்தும், பல வகையில் சிகிச்சைகள் செய்தும் பலனடையாமல் அம்மாவின் வலி தொடர்ந்துகொண்டிருந்தது.

ஜோதிடம், மாற்றுவகை மருந்துகள், மந்திரித்தல், மாந்திரீகம், பூசை, ஹோமம் எதற்கும் அந்த வயிற்றுவலி குறையவில்லை.

இந்த நிலையில், ஒருநாள் காரில் சென்றுகொண்டிருந்தபோது, கிறிஸ்தவ ஆலயம் ஒன்றின் வாசலில் எழுதியிருந்த சில வாசகங்களைப் படித்துவிட்டு, தன் கணவருடன் அந்த ஆலயத்துக்குச் சென்று பிரார்த்தனை செய்துவந்தார். ஓரிரு தினங்களில் படிப்படியாக வயிற்றுவலி குறைந்தது. மனம் நெகிழ்ந்து, கர்த்தரின் கருணையைப் போற்றி அம்மா, அப்பா இருவரும் கிறிஸ்தவ மதத்துக்கு மாறினர்.

20 ஆண்டுகளாக இந்து மதப் பழக்கவழக்கங்களில் மனமொன்றிய சுமதிக்கோ இது பேரதிர்ச்சியாக இருந்தது. பெற்றோருக்காக மதம் மாற மனம் ஒப்பவில்லை. வீட்டில், இரண்டு மதக் கோட்பாடுகள். எதனுடனும் அவளால் ஒன்றமுடியவில்லை. பெற்றோரின் வற்புறுத்தல் ஒருபுறம். மதம் மாற மறுக்கும் மனம் மறுபுறம். இருதலைக்கொள்ளி எறும்பாக சுமதி தவித்தாள். தலைவலிக்கு ஆளானாள்.

நாம் இங்கு பார்த்த இரண்டுமே டென்ஷன் தலைவலிதான். ஆனால், காரணங்கள் வேறு வேறானவை.

•

12 வயது வரை குழந்தைகளுக்கு வரும் தலைவலிகளைப் பிரித்தறிவதும், அவற்றுக்கான சிகிச்சை முறைகளை முடிவுசெய்வதும் கொஞ்சம் கடினம்தான்.

பெண் குழந்தைகளுக்கு 16 வயது வரையிலும் அதிகமாக மைக்ரெய்ன் தலைவலி வரக்கூடும். இதற்கு, ஹார்மோன் மாற்றங்கள் முக்கியக் காரணமாகச் சொல்லப்படுகின்றன. மாதவிலக்குச் சமயத்தில் முதன்முறையாக மைக்ரெய்ன் தலைவலி வரக்கூடும். தலையின் இருபக்கங்களிலும் வலிக்கும். பரம்பரை ஜீன்களால் சில குழந்தைகளுக்குத் தலைவலி வரலாம்.

குழந்தைகளுக்கு சுமார் 10 முதல் 15 சதவீதம் வரை மைக்ரெய்ன் தலைவலிகள் வருகின்றன. பொதுவாக, குழந்தைகளுக்கு வரும் தலைவலிகள் சிறிது நேரமே இருக்கக்கூடியவை. தலையின் ஒருபக்கம் மட்டும் இல்லாமல், தலை முழுவதும் வலிக்கக்கூடியவை. இது, பெரியவர்களுக்கு வரும் தலைவலியிலிருந்து மாறுபட்டது.

குழந்தைகளின் தலைவலிகளைத் தூண்டுபவை:

1. குறைவான தூக்கம் (அ) தூங்கும் நேரமும் முறையும் மாறுவது.
2. சரியான நேரத்திற்குச் சாப்பிடாதது.
3. மன இறுக்கம் (அ) படபடப்புத்தன்மை (Stress).
4. ஹார்மோன் மாற்றங்கள் (சிறுமிகளாக இருந்தால் மாதவிலக்குச் சமயம்)
5. அதிக அளவில் காபி, டீ, சாக்லேட், சோடா குடித்தல்.
6. சீஸ், வேர்க்கடலை, அதிகக் கொழுப்புள்ள எண்ணெய்யில் பொறித்த உணவுகள்.
7. மிகவும் பிரகாசமான வெளிச்சம், சத்தம், சில வாசனைகள்.

குழந்தைகளுக்கு வரக்கூடிய தலைவலியும், காரணம் இல்லா மற்றும் காரணத்துடன் வரக்கூடிய தலைவலிகள் (மைக்ரெய்ன், டென்ஷன், கிளஸ்டர்) என இரு பிரிவுகளாகப் பிரிக்கப்பட்டு அதன் அடிப்படையில் சிகிச்சை அளிக்கப்படுகின்றன.

குழந்தைகளுக்கு, தலைவலி இல்லாமல் அவ்வப்போது வரும் மயக்கம், தலைச்சுற்றல், வயிற்றுவலி, திரும்பத் திரும்ப வரும் வாந்தி ஆகியவையும் மைக்ரெய்ன் வகைத் தலைவலியிலேயே சேர்க்கப்படும்.

குழந்தைகளின் மைக்ரெய்ன் தலைவலியை மூன்று வழிகளில் சிகிச்சை அளிக்கலாம். அவை:

1. தலைவலி இருக்கும்போது உடனடி சிகிச்சை
2. தலைவலி வராமல் தடுக்கும் மருந்துகள்
3. ஆரோக்கியமான பழக்கவழக்கங்களை ஏற்படுத்துதல் (தலைவலியைத் தூண்டும் விஷயங்களைத் தவிர்த்தல்). அதாவது, மருந்துகள், போதிய அளவு தூக்கம், உடற்பயிற்சி, தலைவலியைத் தோற்றுவிக்கும் காரணிகளைத் தவிர்த்தல் (உணவு, வாசனை), ரிபோஃப்ளேவின் / மாங்கனீஸ் போன்ற வைட்டமின்கள், மனத்தை ரிலாக்ஸ் செய்யும் யோகா / தியானப் பயிற்சிகள் மேற்கொள்ளுதல்.

குழந்தைகளுக்கும் பெரியவர்களுக்கும் வரக்கூடிய மைக்ரெய்ன் தலைவலியின் உள்ள வித்தியாசங்கள்

குழந்தைகள்	பெரியவர்கள்
ஒரு மணி நேரம் வரை இருக்கும். வரை இருக்கும்.	4 முதல் 72 மணி நேரம்
தலையின் இரண்டு பக்கமும் வரும்.	தலையின் ஒரு பக்கம் மட்டும் வரும்.
Aura, மிகச் சிலருக்கே இருக்கும். ஒரு சிலருக்கு Aura மட்டும் இருக்கும்.	Aura, பெரும்பாலானோருக்கு இருக்கும்.

பெண்களும் மைக்ரெய்னும்

பெண்களுக்கு பதின்ம பருவ வயது வரும்போது, மைக்ரெய்ன் தொடங்கவோ அல்லது முன்னதாக உள்ள தலைவலி அதிகரிக்கவோ கூடும். ஈஸ்ட்ரோஜன்/புரொஜெஸ்டீரான் ஆகிய பெண்களுக்கான ஹார்மோன்கள் மைக்ரெய்னை அதிகரிக்கலாம்.

மாதவிலக்குச் சமயங்களில் ஈஸ்ட்ரோஜன் குறைவதால் மைக்ரெய்ன் தொடங்கக்கூடும். ஈஸ்ட்ரோஜன் ஹார்மோன் கொடுத்தால் மைக்ரெய்ன் தலைவலி குறையக்கூடும். பெண்களுக்கு மாதவிலக்கு நிற்கும் காலம் வந்துவிட்டால், மைக்ரெய்ன் தலைவலிகளும் குறையத் தொடங்கும். ஆனால், ஒரு சிலருக்கு இவை அதிகமாகவும்கூடும். மெனோபாஸுக்கு பிறகு மைக்ரெய்ன் தலைவலிக்கான ஈஸ்ட்ரோஜன் ஹார்மோன் சிகிச்சையை, மற்ற காரணிகளையும் கருத்தில் கொண்டுதான் தொடங்கவேண்டும். எச்சரிக்கை தேவை.

11

ஐம்பது வயதுக்கு மேல் புதிதாக வரும் தலைவலி

எச்சரிக்கை

ஐம்பது வயதுக்கு மேல் முதன்முதலாகத் தலைவலி வந்தால் சற்று கவனமாக இருக்க வேண்டும். அது, காரணத் தலைவலியாக இருக்கக்கூடிய வாய்ப்புகள் அதிகம்.

ஐம்பது வயதுக்கு மேற்பட்டவர்களுக்கு டென்ஷன் தலைவலி, மைக்ரெய்ன் தலைவலி மற்றும் கிளஸ்டர் தலைவலி வரலாம். ஆனால், பொதுவாக இவை 50 வயதுக்கு மேல் மிக அரிதாகவே வரும். அதுவும், கிளஸ்டர் தலைவலி 2 சதவீதம் அளவுக்கும், மைக்ரெய்ன் தலைவலி 3 சதவீதம் அளவுக்கும்தான் வரக்கூடிய வாய்ப்பு உள்ளது. ஆக, தலைவலி வருவதே இல்லை அல்லது வராது என்றுகூட சொல்லலாம்.

ஐம்பது வயதுக்கு மேல் புதிய தலைவலியாக இருந்தால், எம்ஆர்ஐ ஸ்கேன் செய்வது அதற்கான காரணத்தைக் கண்டுபிடிக்க மிகவும் அவசியம்.

காரணங்கள்:

- இன்டர்னல் கரோடிட் ரத்தக் குழாய் கிழிதல் (Dissection).

- தலைப்பகுதி ரத்தக் குழாயில் வீக்கம்.
- கழுத்தின் மேற்பகுதியில், ஸ்ஃபீனாய்டு எலும்பு அருகே மெனிஞ்ஜியோமா என்னும் கட்டி தோன்றுதல்.
- தண்டுவடத்தில் ரத்த ஓட்டம் தடைபடுதல்.
- பிட்யூட்டரி கட்டி.
- சைனஸைடிஸ் (காது, தொண்டை, மூக்குப் பகுதி வழிகளில் அடைப்பு).
- மூளையைச் சுற்றியுள்ள சிரைகளில் ரத்தக் கட்டிகள் (CVT).
- ஆஸ்பர்ஜில்லோஸிஸ் எனப்படும் மூளையில் ஏற்படும் ஒரு வகை பூஞ்சைக் காளான் நோய்த்தொற்று.
- கண்ணுக்குப் பின்னால் உள்ள தசைகளில் ரணம்.

65 வயதுக்கு மேல் முதன்முறையாக வரும் தலைவலிகள் உடனடியாகக் கவனிக்கப்பட வேண்டியவை. ஏனெனில், அவை மிகவும் அபாயகரமான காரணங்களால் ஏற்படக்கூடிய வாய்ப்புகள் அதிகம். சிறு வயதினரைவிட சுமார் பத்து மடங்கு அதிக ஆபத்தானவை.

வயதானவர்கள் வேறு நோய்களுக்காகப் பயன்படுத்தும் மருந்துகள்கூட தலைவலியை உண்டாக்கும். உதாரணமாக, ரத்தக் கொதிப்புக்குக் கொடுக்கப்படும் நிஃபிடெபின், சில வகை வலி மாத்திரைகள், இதயச் சிகிச்சை சார்ந்த சில வகை மருந்துகள் இத்தகைய பாதிப்புகளைக் கொடுக்கக்கூடியவை.

உடலுறவுத் தலைவலி (Coital Headache)

உடலுறவுக்குப் பின் சிலருக்குத் தலைவலி ஏற்படக்கூடும். திடீரென வரக்கூடிய இந்தத் தலைவலி தானாகவே சரியாகிவிடும். இருந்தாலும் மூளையின் ரத்தக் குழாய்களில் வீக்கம், ரத்தக் கசிவு போன்றவை இம்மாதிரியான திடீர்த் தலைவலிகளைத் தரக்கூடியது. அதனால் மிகவும் கவனத்துடன் இத்தலைவலிகளை அணுக வேண்டும்.

வயதும் தலைவலியும்		
வயது	சதவீதம்	
	பெண்கள்	ஆண்கள்
21 - 34	*92*	*74*
55 - 74	*66*	*53*
75 +	*55*	*22*

இதய நோய், மூளை மற்றும் கைகால்களில் உள்ள ரத்தக் குழாய்களில் பாதிப்பு உள்ளவர்களுக்கு, எர்காட், டிரிப்டான் போன்ற ஒற்றைத் தலைவலிக்குக் கொடுக்கப்படும் மருந்துகளை, மருத்துவ ஆலோசனையின்பேரில் மட்டுமே மிகவும் கவனமாகக் கொடுக்கவேண்டும் அல்லது தவிர்க்கப்பட வேண்டும்.

•

திரும்பத் திரும்ப வரும் காரணம் இல்லா
முக்கியத் தலைவலிகள்/வேறுபாடுகள்

குணங்கள்	மைக்ரெய்ன்	டென்ஷன்	கிளஸ்டர்	நாள்பட்ட தினமும் வரும் தலைவரி
வயது	10-30 வருடம்	எந்தவயதும்	மத்திய வயது	30-40 வருடம்
பாலினம்	பெண்களுக்கு அதிகம்	பெண்களுக்கு அதிகம்	ஆண்களுக்கு அதிகம்	பெண்களுக்கு அதிகம்
நீடிக்கும் காலம்	4-72 மணி நேரம்	30 நிமிடம் முதல் 7 நாட்கள் வரை	15 நிமிடம் முதல் 3 நாட்கள் வரை	தொடர்ந்து
எத்தனை முறை	மாறக்கூடியது	எப்போதாவது	தினமும் - வாரா வாரம் முதல் சில மாதங்கள் வரை	தினமும் தொடர்ந்து

எந்த நேரம்	எந்த நேரமும்	மதியம் தொடங்கி	இரவுகளில்	தொடர்ந்து
வலியின் தன்மை	இடிக்கும் தன்மை	மிதமான வலி, தலையைச் சுற்றி இறுக்கி ஒரு ரிப்பன் கட்டியதை ப்போல்	குடையும் தன்மையுடன் மிக அதிகமான	மாறக்கூடிய தன்மை
எந்தப் பகுதி	தலையின் ஒரு பக்கம், டெம்போரல் பகுதி கண்ணின் பின்புறம்	தலையின் ஒரு பக்கம்மும் வலி, டெம்போரல் கழுடாது தலையின் பின்புறம்	தலையின் ஒரு பக்கம் வலி,கண்ணின் பின்புறம்	மாறக்கூடியது
உடன் வரும் பிற குழப்பங்கள்	குமட்டல் வாந்தி, வெளிச்சம், சத்தம் மீது வெறுப்பு, நரம்பு மண்டலக் குறைபாடுகள்	மன இறுக்கம், வேலைப்பளு	கண்ணீர், மூக்கில் நீர், வியர்த்துக் கொட்டுதல், கண்கள் சுருங்குதல் (தலைவலி உள்ள பக்கமே)	மைக்ரெய்ன், மனக்குழப்பம், மன இறுக்கம் போன்றவை

12

காரணத் தலைவலிகள்

உடலில் ஏற்படும் எந்த மாற்றங்களுக்கும், தலைவலி ஒரு வெளிப்பாடாக இருப்பது நாம் அன்றாடம் காணும் ஒரு நிகழ்வு. வேலைப்பளு, தூக்கமின்மை, அஜீரணம், காய்ச்சல் போன்ற சின்ன சின்ன தினசரி உடல்நலக் குறைபாடுகள்கூட தலைவலியாக வெளிப்படும்.

மூளைக் காய்ச்சல், சைனஸைடிஸ், மூளைக் கட்டிகள் போன்றவை காரணத் தலைவலி களுக்கான முக்கியக் காரணங்கள்.

குழந்தைகளுக்கு நோய்த்தொற்று அதிகமாக இருக்கும் என்பதால், இம்மாதிரியான காரணத் தலைவலிகள் அதிகமாக வருகின்றன.

காரணம் இல்லாத் தலைவலிகளைவிட, காரணத்துடன் வரும் தலைவலிகள் முக்கியமானவை. ஏனெனில், காரணத்தைக் கண்டறிந்து தகுந்த சிகிச்சை அளிப்பதன் மூலம், தலைவலியிலிருந்து பூரண நிவாரணம் அடைய முடியும்.

தலைவலிக்கான காரணம் கண்டறிய பல பரிசோதனைகள் தேவைப்படும். ரத்தப் பரிசோதனைகள், எக்ஸ்ரே, சி.டி. ஸ்கேன்

அல்லது எம்ஆர்ஐ ஸ்கேன், ஈஈஜி போன்ற பரிசோதனைகள். மருந்துகள் அல்லது அறுவை சிகிச்சை மூலமோ அல்லது வாழ்க்கைமுறை மாற்றங்கள், மனோதத்துவரீதியிலான ஆலோசனைகள் மூலமாகவோ தலைவலிக்குத் தீர்வு காணமுடியும்.

இந்தத் தலைவலிகளுக்கான காரணத்தைக் கண்டறிந்து சிகிச்சை அளித்தால், மூன்று மாதங்களுக்குள் தலைவலி குறையவோ அல்லது மறைந்துவிடவோ கூடும்.

சில காரணத் தலைவலிகள் குறித்து இனி விரிவாகப் பார்க்கலாம்.

1. தலைக் கட்டிகள்

நோய்த்தொற்றுக் கட்டிகள், சாதாரணக் கட்டிகள், புற்றுநோய்க் கட்டிகள், ரத்தக் கட்டிகள், ரத்தக் குழாய் வீக்கங்கள் போன்றவை தலைக் கட்டிகள் என்ற பிரிவுக்குள் அடங்கும்.

ரத்தக் குழாய்கள், மூளையைச் சுற்றியுள்ள சவ்வு போன்ற உறைகள் போன்றவை விரிவடைவதாலும், தலையின் உள்ளே அழுத்தம் அதிகமாவதாலும் தலைவலிகள் வருகின்றன.

தலைவலியுடன் வாந்தி, கழுத்து வலி, இரட்டைப் பார்வை போன்ற பாதிப்புகள் வரலாம்.

தலைக் கட்டிகளால், காலை நேரத்தில் ஒருபக்கமாகவோ அல்லது இரண்டு பக்கமாகவோ தலைவலி வரக்கூடும்.

இதைக் கண்டறிய, சிடி ஸ்கேன், எம்ஆர்ஐ ஸ்கேன் போன்ற பரிசோதனைகள் முக்கியம். பாதிப்பு தீவிரமாக இருக்கும்பட்சத்தில், அறுவை சிகிச்சை மூலம் தலைக்கட்டிகளை அகற்றவேண்டிய தேவை ஏற்படும்.

தலையில் (கபாலத்துக்குள்) அழுத்தம் அதிகரித்தல்

காரணம் ஏதுமில்லாமல், தலையின் உள்பகுதியில் அழுத்தம் அதிகமாகும். அதாவது, கட்டிகள் ஏதும் இல்லாத நிலையில்கூடத் தலைக்குள் அழுத்தம் அதிகரிக்கும். இது,

‘சூடோ டியூமர் செரிப்ரீ’ (Pseudo Tumour Cerebri) எனப்படும். இந்தப் பாதிப்பாலும் தலைவலி வரக்கூடும்.

மூளைக்குள் இருக்கும் CSF திரவத்தின் அளவு அதிகமாவதாலும், அதன் பாதையில் அடைப்பு ஏற்படுவதாலும், மூளையின் உள்ளே உள்ள பொந்துகள் (வென்ட்ரிகிள்) விரிவடையக்கூடும். இதனால் தலைவலி ஏற்படும். இது ‘ஹைட்ரோசெபாலஸ்’ (Hydrocephalus) எனப்படும்.

வேறு நோய்க்காரணங்களின் சிகிச்சைக்காக முதுகுத் தண்டுவடத்திலிருந்து நீர் எடுத்துப் பரிசோதனை செய்யப்படும். அப்படித் தண்டுவடத்திலிருந்து நீர் எடுத்தபின் (Lumbar Puncture) சிலருக்குத் தலைவலி வரும்.

இந்தத் தலைவலி, ஓரிரு நாட்கள் முதல் ஒரு வாரம் வரைகூட தொடர்ந்து இருக்கும். முழுமையான ஓய்வு, இந்தத் தலைவலியின் தீவிரத்தைக் குறைக்கும்.

2. மூளையில் உள்ள ரத்தக் குழாய்கள் சார்ந்த பாதிப்புகள்

49 வயதே ஆன சுசீலாவின் மூத்த பெண்ணுக்குத் திருமணம். நல்ல மனிதர்கள். அதனால், எல்லாம் மிகச் சிறப்பாக அமைந்தன. ஊரும் உறவுகளும் மெச்சும்படியாக சுசீலாவும் அவள் கணவரும் சீர்செனத்திகளுடன் மிகச் சிறப்பாகக் கல்யாணத்தை நடத்திக் கொண்டிருந்தார்கள்,.

திருமணத்தன்று காலை காசி யாத்திரை முடிந்து, மாலை மாற்றி, ஊஞ்சலாடி, மணமகன் தன் மகளைக் கைப்பிடித்து அழைத்துவர, மணவறையில் மாப்பிள்ளை பக்கத்தில் மகள் அமர்வதைக் கண்ணில் ஆனந்தக் கண்ணீருடன் பார்த்துக்கொண்டு நின்ற சுசீலா, திடீரென்று தலையைப் பிடித்துக்கொண்டு “அம்மா…! ஐயோ…!!” என்று அலறினாள்.

தலையில் ஒரு பெரிய உருட்டைக்கட்டையால் யாரோ பின்னாலிருந்து அடித்தாற்போல் (தலையின் உள்பகுதியில் மின்னலுடன் ஒரு பேரிடி இடித்தாற்போல்) அவள் இதுநாள் வரை அனுபவித்திராத ஒரு தலைவலியை உணர்ந்தாள். மயக்கம் வர, விழிகள் பிதுங்க, கை கால்கள் நடுங்க, இரண்டு கைகளாலும் தலையைப் பிடித்தபடி மேடையிலேயே சரிந்தாள் சுசீலா.

சுசீலா, பக்கத்தில் இருந்த மருத்துமனையில், அவசரச் சிகிச்சைப் பிரிவில் உடனடியாகச் சேர்க்கப்பட்டாள். அரை மயக்கநிலையில், தலைவலி மற்றும் கழுத்துவலியுடன் முனகியவாறு இருந்தாள் சுசீலா.

பரிசோதனை செய்ததில், மூளையில் ரத்தக் குழாய் வெடித்து ரத்தக் கசிவு ஏற்பட்டதால், இந்தத் திடீர் பாதிப்பு என்று தெரிந்தது. அதை, சி.டி. ஸ்கேனும் உறுதி செய்தது.

இந்தத் தலைவலி-

1. முதன்முறையாக, வித்தியாசமான, மிகக் கடுமையான தலைவலியாக திடீரென்று வந்தது.
2. இடி இடித்தாற்போல் (Thunderclap) ஆரம்பித்தது.
3. சுசீலா, கல்யாண ஏற்பாடுகளால் வழக்கமாக எடுத்துக்கொள்ளும் ரத்தக்கொதிப்பு மாத்திரைகளை சில நாள்களாக எடுத்துக்கொள்ளவில்லை என்பது பின்னர் தெரியவந்தது.

இந்தத் தலைவலி, மூளையைச் சுற்றியுள்ள சவ்வுகளுக்கும் மூளைக்கும் இடையே ரத்தக் கசிவினால் ஏற்படும் திடீர்த் தலைவலி. உடனே கவனிக்கப்பட வேண்டியது.

சுசீலாவுக்கு ஏற்பட்டது சப்-அரக்னாய்டு ரத்தக் கசிவு (மூளையைச் சுற்றியுள்ள சவ்வுகளுக்குள் ரத்தக் கசிவு). அதாவது, மூளைக்கும் மெனிஞ்சைஸுக்கும் இடையே SAH/SDH), கபாலத்துக்கும் மூளைக்கும் இடையே (EDH) ரத்தக் கசிவு.

காரணத் தலைவலிகளைக் கண்டறிய சிடி ஸ்கேனைவிட எம்.ஆர்.ஐ ஸ்கேன் அதிகப் பயனுள்ளது.

இந்த ரத்தக் கசிவு- ரத்தக் குழாய் வீக்கம், தமனி—சிரை இணைப்பில் குறைபாடுகள் போன்றவற்றால் ஏற்படும். பிற நோய்களால், ரத்தக் குழாய்ச் சுவர்களில் விரிசல் அல்லது கிழிதல் இருந்தாலும் இவை ஏற்படும். அத்துடன், ரத்தக் குழாய்கள் அடைபடுதல், மூளையின் சிரைகள் ரத்தக் கட்டிகளால் அடைபடுதல் போன்ற பாதிப்புகளாலும் தலைவலி வரும்.

மைக்ரெய்ன் தலைவலியால் வரும் ஸ்டிரோக் (50 வயதுக்கு மேல் முதன்முறையாக வரும் திடீர்த் தலைவலிகள், இம்மாதிரி நோய்களையே சுட்டிக்காட்டுகின்றன), இதுபோல் மூளையில் ரத்தக்கசிவை உண்டாக்கி திடீர்த் தலைவலியை ஏற்படுத்தலாம்.

மூளையின் ரத்தக் குழாய்கள் சார்ந்த வலிகள் (CVA)

மூளை மற்றும் அதன் உறைப் பகுதிகளில் ரத்தக்கசிவு ஏற்படுவதால் தலைவலி வரும். உடன், வாந்தியும் கழுத்துவலியும் இருக்கும்.

மூளைக்கும், அதன் சவ்வு போன்ற உறைகளுக்கும் இடையே உண்டாகும் ரத்தக்கசிவால் (Subarachnoid Hemorrhage), திடீரென்று மிக மோசமான தலைவலியும், இடி இடிப்பது போன்ற தலைவலியும் வரும்.

- மூளைப் பகுதியில் ஏற்படும் ரத்தக்கசிவால், ஒரு சில நொடிகள் முதல் ஓரிரு நிமிடங்களில் உச்சநிலையை அடையக்கூடிய, இடி இடிப்பதைப் போன்ற தலைவலிகள் ஏற்படும்.
- மூளைக்குச் செல்லும் ரத்தக் குழாய்களில் ஏற்படும் பாதிப்புகளால் வரும் ஸ்ட்ரோக்கினால் தலைவலிகள் வரக்கூடும். அதுபோல், மைக்ரெய்ன் தலைவலியால் பாதிக்கப்பட்டவர்களுக்கு ஸ்ட்ரோக் அல்லது ரத்தக் குழாயில் கிழிசல்கள் ஏற்படக்கூடிய வாய்ப்பு அதிகம்.
- மூளைக்குச் செல்லும் ரத்த ஓட்டம் குறைந்துபோதல், ரத்தக் கசிவுகள், ரத்தக் குழாய்களில் வீக்கங்கள், ரத்தக் குழாய்களில் அழற்சி போன்ற காரணங்களால் தலைவலிகள் வரக்கூடும்.
- பின்பக்க மூளைக்குச் செல்லும் ரத்தக் குழாய் பாதிப்புகளால் ஏற்படக்கூடிய ஸ்ட்ரோக்கினால் தலைவலி அதிகம் வரக்கூடும். ஆனால், முன்பக்க மூளைக்குச் செல்லும் ரத்தக் குழாய் பாதிப்புகளால் ஏற்படக்கூடிய ஸ்ட்ரோக்கினால் தலைவலி அதிகம் வருவதில்லை.
- மூளையில் எந்தப் பகுதியில் ரத்த ஓட்டம் பாதிக்கப்படுகிறதோ அந்தப் பக்கம் தலைவலி வரும்.

- மூளைக்குச் செல்லும் கரோடிட் தமனி போன்றவற்றில் ரத்தக்கட்டிகள் உருவாகி அடைப்பு ஏற்பட்டால், அதை அறுவை சிகிச்சை மூலமே சரிசெய்ய முடியும். அப்படி அறுவை சிகிச்சை செய்துகொண்டவர்களுக்குத் தலைவலி வரும் வாய்ப்பு அதிகம்.
- மூளைப் பகுதியில் ரத்த ஓட்டம் அதிகரிப்பதாலும், மூளையில் உள்ள தமனிகளின் ரத்தம்-நரம்பு சார்ந்த நாளங்கள் (Trigemino Vascular System) அதிர்வடைவதாலும் தலைவலிகள் வரும்.
-

பிட்யூட்டரி அபோப்ளக்ஸி

பிட்யூட்டரி சுரப்பிக்குள் ரத்த ஓட்டம் தடைபடுவதாலும், ரத்தக் கசிவு ஏற்படுவதாலும் (பிட்யூட்டரியில் அடினோமா எனப்படும் கட்டி இருப்பவர்களுக்கு இந்தப் பாதிப்புகள் அதிகம்), திடீர் தலைவலி வரக்கூடும். தவிர, குமட்டல், பார்வை மங்குதல், வாந்தி, காய்ச்சல், கண்கள் நிலைகுத்தி நிற்பது, குழப்பமான மனநிலை, ரத்த அழுத்தம் குறைதல் போன்ற பாதிப்புகளும் ஏற்படும்.

இந்தப் பாதிப்பால், பாதிக்கப்பட்டவர் கோமா நிலைக்குச் சென்றுவிடக்கூடிய ஆபத்தும், சில சமயங்களில் உயிருக்கே ஆபத்து நேரவும் கூடும். ஆகவே, உடனடியாக எம்.ஆர்.ஐ ஸ்கேன் எடுத்து, ரத்தக் கசிவை உறுதி செய்துகொண்டு சிகிச்சை அளிப்பது அவசியம்.

-

3. கழுத்துப் பகுதி பாதிப்புகளும் தலைவலியும்

மைக்ரெய்ன், டென்ஷன் தலைவலிகள் உள்ளவர்களுக்கு, கழுத்தில் வலி வரக்கூடும். அதுபோலவே கழுத்தில் உள்ள பிரச்சினைகளால் தலைவலிகள் வரும் வாய்ப்புகளும் அதிகம்.

கழுத்து சம்பந்தமான பாதிப்புகளால் வரக்கூடிய தலைவலிகளை (Cervicogenic Headaches), அவை ஏற்படும் முறைகளிலிருந்து கண்டுபிடிக்கலாம். கழுத்தில் ‘சுளுக்கு’

வரும்போது தலைவலியும் ஏற்படுவது நாம் அனைவரும் அறிந்த ஒன்று. கழுத்தை ஒருபக்கம் சாய்த்தோ அல்லது முன்னும் பின்னும் திருப்பும்போதோ தலைவலி வருவதும், தும்மல், இருமல் போன்ற செய்கைகளின்போது தலைவலிப்பதும் சாதாரணமான நிகழ்வுகளே.

கழுத்திலிருந்து தலையின் பின்புறம் வரை வலி பரவக்கூடியது. சிலருக்குப் பின்மண்டையிலிருந்து முன்பகுதியான நெற்றிப்பொட்டுக்கு வலி பரவக்கூடும். ஆனால், எப்போதும் ஒரே பக்கமே வரக்கூடியது.

கழுத்தில் உள்ள- தசைகள், வெர்டப்ரா எனப்படும் முதுகெலும்பு, முதுகெலும்புத் தொடரின் மூட்டு இணைப்புகள், எலும்புகளைச் சுற்றியுள்ள சவ்வுகள், நரம்புகள், தமனிகள், சிரைகள் இவற்றால் வலி அறியப்படும். கழுத்தில் வலி, தசை இறுக்கம் போன்றவை தோள்பட்டை, கைகள், விரல்கள் வரை பரவக்கூடும். தலையின் பகுதிகளுக்கும், சில சமயம் கண்களுக்கும் இவ்வலி பரவும்.

கழுத்திலிருந்து தோன்றும் தலைவலிகள், காலையில் தூங்கி எழுந்தவுடனோ அல்லது அலுவலகம் முடிந்து வீடு திரும்பும்போதோ வரக்கூடும். பல மணி நேரங்கள் வலி தொடரும்.

காரணங்கள்:

1. பிறப்பிலேயே முதுகெலும்பு இணைப்புகளில் (மூட்டுகள்) பாதிப்புகள்.

2. விபத்துகள், கழுத்தில் அடிபடுதல் (சாட்டை-இழுப்புக் காயங்கள், முதுகெலும்பு முறிவு போன்றவை).

3. கழுத்தை ஒரே நிலையில் நீண்டநேரம் நிறுத்துவதால் கழுத்துப் பகுதி தசைகள் விறைத்துக்கொண்டு வலி உண்டாகும். தட்டச்சு எழுத்தர், தையற்காரர், கணினியில் நீண்ட நேரம் வேலை செய்பவர்கள், வீடியோ விளையாட்டுகள் விளையாடுபவர்கள் ஆகியோருக்கு இம்மாதிரி கழுத்து சார்ந்த தலைவலிகள் வரும்.

•

ரஹீம், 45 வயது தையற்காரர். தையல் பரம்பரைத் தொழில். தன் பதினைந்து வயது முதல் தாத்தாவுக்கும், பிறகு அப்பாவுக்கும் உதவியாக இருந்து, இப்போது தானே தனியாகக் கடை வைத்திருக்கிறார். காலை 7 மணி முதல் இரவு 9 மணி வரை இடைவிடாது தைப்பதே தன் கடமையாகக் கொண்டவர். இரண்டு மூன்று வருடங்களாகவே இடது பக்கத் தலைவலியும், கழுத்துவலியும் அவரை மிகவும் பாதித்தன. வலி நிவாரணிகள் அவ்வப்போது உதவும். இப்போது சில மாதங்களாகவே காலையில் எழுந்திருக்கும்போதே தலைகனம், வலியுடன் எழுந்திருக்கிறார். கழுத்தை இடமும் வலமும் திருப்பும்போது கழுத்திலும் தலையிலும் வலி. கழுத்தில் 'நெட்டி' முறிப்பதும், சிறிது வலி குறைவதும் அன்றாடம் நடக்கும் பயிற்சிகள்.

மேலும் தையல் வேலை முடிந்து வீட்டுக்கு வந்தவுடன் இரண்டு மணி நேரம் குறைவில்லாமல் தொலைக்காட்சி பார்ப்பதே அவர் பொழுதுபோக்கு. மூன்று உயரமான தலையணைகள் வைத்துக்கொண்டு, படுத்தபடியே டிவி பார்ப்பதும், சில நேரங்களில் அப்படியே உறங்கிப்போவதும் அவர் பழக்கம். காலையில் தலைவலியும் கழுத்துவலியும் அவரைத் துன்புறுத்தும். சுடுநீரில் குளித்து, காலைச் சிற்றுண்டி முடித்து வேலைக்கு வரும்போது சிறிது தலைவலி குறையும்.

இவருக்குத் தொழில்ரீதியாகவும், பொழுதுபோக்கின்போதும் கழுத்து முன்பக்கம் சரிந்த நிலையிலேயே உள்ளதாலும், நீண்ட காலத் தையல் தொழிலாலும், வயது காரணமாக கழுத்து எலும்புகள் தேய்மானத்தினாலும் இந்த வகைத் தலைவலியும் கழுத்துவலியும் வந்துள்ளன. கழுத்து அசைவுகள் வலியை அதிகரித்தன.

கழுத்துக்கு ஃபிஸியோதெரபி பயிற்சியும், சிறு சிறு தசைப் பயிற்சிகளும் கொடுத்து, அவற்றோடு வலிநிவாரணிகளும் தரப்பட்டதில், அவரது கழுத்து மற்றும் தலைவலி குறைந்தன. ஒரு மணி நேரம் தைத்த பிறகு, ஒரு பத்து நிமிட இடைவேளை விட்டு கழுத்துப் பயிற்சிகளைச் செய்யச் செய்தும், படுத்துக்கொண்டு டிவி பார்ப்பதை மாற்றி, அமர்ந்த நிலையில் டிவி பார்க்கச் செய்தும், மீண்டும் இவ்வலி வராமல் ஓரளவுக்குத் தடுக்க முடிந்தது.

•

நாள் முழுதும் கணினி முன்பு அமர்ந்து வேலை செய்பவர்களுக்கும் படிப்பவர்களுக்கும் மணிக்கணக்கில் வரைபடங்கள் வரைபவர்களுக்கும் ஓவியர்களுக்கும்கூட இம்மாதிரி வலிகள் வரக்கூடும். அதனால், கவனம் தேவை.

4. வயதானவர்களுக்கு வரும் கழுத்து எலும்புத் தேய்மானம் (ஸ்பாண்டைலைடிஸ்).

5. பிறப்பிலேயே தோன்றும் முதுகெலும்பு- கபாலம் இணைப்பில் உள்ள பாதிப்புகள். (C.V.Anomalies). இவர்களுக்குத் தலைவலி, கழுத்துவலி இவற்றுடன் வேறு நரம்பு சம்பந்தமான தலைச்சுற்றல், முகம் மரத்துப்போதல், நடையில் தள்ளாட்டம், கை, கால் வலுவிழத்தல் போன்றவையும் தோன்றக்கூடும்.

6. கழுத்துப் பகுதியில் கட்டிகள், எலும்புகளில் நோய்த்தொற்றுகள் போன்றவற்றால் எலும்புகள் தேய்மானம் அடைவதாலும் வலி வரக்கூடும்.

7. ‘ருமடாய்ட்’ ஆர்த்ரைடிஸ் எனப்படும் கீல்வாத நோய், கழுத்து எலும்புகளையும் சவ்வுகளையும் பாதிப்பதால் கழுத்துவலி ஏற்பட்டு, தலைவலி வருவதும் உண்டு.

இவை பின்மண்டைத் தலைவலிகளாகத் தோன்றும். கழுத்தை அசைத்தால், தலைவலி அதிகமாகும்.

இவ்வளவு இருந்தாலும், சர்வைகல் ஸ்பாண்டைலைடிஸ் எனப்படும் கழுத்து எலும்புத் தேய்மானப் பாதிப்பால் தலைவலி வருகிறது என்பது எல்லா மருத்துவர்களாலும் ஏற்றுக்கொள்ளப்படுவதில்லை.

காரணம்

1. ஸ்பாண்டைலோஸிஸ் 40 வயதுக்கும் மேல்தான் வருகிறது.

2. மேலும் அது கழுத்தின் அடிப்பாகத்தையே அதிகமாகப் பாதிப்பதால், தலைவலி வருவதற்கு வாய்ப்பில்லை. ஆனாலும், கழுத்து அசைவுகளினால் தலைவலி அதிகமாகிறது என்பது மட்டும் உண்மை.

3. ‘டிஸ்டோனியா’ எனப்படும் ஒருவகை தசை சம்பந்தமான நோய், கழுத்துத் தசைகளை எப்போதும்

ஒருவித 'முறுக்கு' நிலையிலேயே வைத்திருக்கும். அதனால், கழுத்து ஒருபக்கமாகத் திரும்புவதும், முகம் மேல்நோக்கித் திரும்புவதும் ஏற்படும். இதனாலும் சிலருக்குத் தலைவலி ஏற்படும் வாய்ப்புகள் அதிகம்.

எனவே, 'கழுத்து'- தலைவலியை ஏற்படுத்தக்கூடும். இதில், மிக முக்கியமாகக் கவனிக்கப்படவேண்டியவை-

1. கழுத்து, பின்பக்க மண்டைவலி, மற்ற பகுதிகளுக்கும் பரவக்கூடும்.

2. தலைவலி ஒருபக்கம் அல்லது இரண்டு பக்கங்களிலும் வரக்கூடும்.

3. கழுத்து அசைவுகளினால் வலி தோன்றவோ அல்லது அதிகமாகவோ செய்யும்.

4. கழுத்து அசைவுகளிலும் தோற்றத்திலும் வித்தியாசம் இருக்கும். விறைப்பான கழுத்துத் தசைகள், தொட்டால் வலி போன்றவை இருக்கும்.

5. கழுத்து எக்ஸ்ரேவை ஆராய்ந்தால், எலும்புத் தேய்மானம், தசைகளின் விறைப்பால் நேர்க்கழுத்து போன்றவற்றைப் பார்க்க முடியும்.

6. மிகவும் அதிக வலி மற்றும் கழுத்து நரம்பு சம்பந்தமான பாதிப்புகள் இருந்தால், CT/MRI ஸ்கேன் எடுப்பது அவசியம். நோய்த்தொற்று, கட்டிகள், எலும்பு முறிவு போன்றவையும் காரணமாக இருக்கக் கூடும்.

சிகிச்சை

- இத்தலைவலிகளுக்கு, இயன்முறை சிகிச்சை (ஃபிஸியோதெரபி), கழுத்துத் தசைகளுக்கான எளிய பயிற்சிகள், வலிநிவாரணிகள் உதவக்கூடும்.
- கழுத்துக்குப் போடப்படும் 'கழுத்துப்பட்டி', அதிகமான கழுத்து அசைவுகளைக் கட்டுப்படுத்தி வலியைக் குறைக்க உதவும்.
- சிறிய, குறைவான உயரம் உள்ள தலையணைகள் உதவும்.
- படுத்துக்கொண்டு தொலைக்காட்சி பார்த்தல், புத்தகம் படித்தல் போன்றவற்றைத் தவிர்ப்பது நல்லது.

- 'பொடாக்ஸ்' எனப்படும் மருந்து (குறைவான வீரியம் கொண்ட நரம்பு நச்சு), கழுத்துப் பகுதித் தசைகளில், நரம்பு இணையும் இடங்களில் ஊசிகள் மூலம் போடப்படுவது, ஓரளவுக்கு வலிகளைக் குறைக்கிறது.

4. ரத்தக் கொதிப்பு

தலைவலி எந்த வயதில் வந்தாலும், ஒரு மருத்துவரின் முதல் கடமை நோயாளியின் ரத்தக் கொதிப்பைச் சரிபார்ப்பதுதான்.

இளம் வயதினரில் ரத்தக் கொதிப்பு என்பது மிகவும் அரிதான ஒன்று என்பதால், பல சமயங்களில் ரத்தக் கொதிப்பைப் பரிசோதிப்பதில்லை. ஆனால், இது கண்டிப்பாகச் செய்யப்பட வேண்டிய ஒன்று.

தலைவலி சிகிச்சையின் முதல்படியே ரத்தக் கொதிப்பைச் சரிபார்ப்பதுதான். ரத்தக் கொதிப்பு இருந்தாலும் சிலருக்குத் தலைவலி வரும். ஆகவே, ரத்தக் கொதிப்பின் அளவைப் பரிசோதிப்பது எப்போதுமே நல்லது.

5. நோய்த்தொற்றுகள்

- மூளை சார்ந்த அல்லது மற்ற உடல் சார்ந்த நோய்த்தொற்றுகள் தலைவலியை உண்டாக்கும்.
- காய்ச்சல், உடல் சோர்வு, தசைவலி போன்ற பொதுவான உடல்ரீதியான காரணங்களும் தலைவலியை உண்டாக்கும்.
- எச்ஐவி தொற்று ஏற்பட்டால், அது தலைவலியைப் புதிதாக உண்டாக்கும் அல்லது ஏற்கெனவே இருக்கும் காரணம் இல்லாத் தலைவலியை அதிகரிக்கக்கூடும்.
- எச்ஐவி தொற்று அல்லது நீண்டகால ஸ்டீராய்டு சிகிச்சைகள், பாதிக்கப்பட்டவரின் உடலில் நோயெதிர்ப்பு சக்தியைக் குறைத்துவிடுவதால், வைரஸ், பாக்டீரியா, சில பூஞ்சைக் காளான் வகைகள், மூளை மற்றும் மூளையின் சவ்வுப் பகுதியில் நோய்த்தொற்றை ஏற்படுத்தி தலைவலியை உண்டாக்கும்.
- மெனிஞ்சைடிஸ் / மூளைக்காய்ச்சலால் தலைவலி வரக்கூடும். வாந்தி, கழுத்துவலி, கழுத்து இறுக்கம்,

கண் கூச்சம், மனக்குழப்பம் போன்றவையும் ஏற்படும்.

- மூளையில் சீழ்க்கட்டி, காசநோய்க்கட்டிகள் இருந்தால் தலைவலி வரும்.

சிடி ஸ்கேன், எம்ஆர்ஐ ஸ்கேன், முதுகுத் தண்டுவட நீர்ப் பரிசோதனை போன்றவற்றின் மூலம் நோய்த்தொற்றை அறிந்து, சரியான சிகிச்சை அளித்து தலைவலியைக் குணப்படுத்தலாம்.

டெம்பொரல் தமனியின் அழற்சி அல்லது வீக்கம்

இதை, டெம்பொரல் ஆர்டிரைடிஸ் (Temporal Arteritis) அல்லது ஜெயன்ட் செல் ஆர்டிரைடிஸ் (Giant Cell Arteritis) என்று சொல்வார்கள். இது,

- 50 வயதுக்கு மேல் வரும்.
- பெண்களுக்கு அதிகம் வரக்கூடியது.
- 60 வயதுக்கு மேல் புதிதாக வரும் அல்லது இருக்கும் தலைவலி தொடரும்.
- வயது அதிகரிக்க அதிகரிக்க, நோயின் தாக்கமும் அதிகரிக்கும்.

பொட்டு, கண்களுக்குப் பின்புறம் உள்ள கிளைத் தமனிகளின் அழற்சியினால் அடைப்பு ஏற்படுவதால், வெளிப்புற கரோடிட் தமனியின் கிளைகள் பாதிக்கப்படுகின்றன.

பார்வை நரம்பின் ரத்த ஓட்டம் தடைப்பட்டு, பார்வை குறைந்து சில நாள்களில் கண்பார்வையே முழுவதுமாக பாதிக்கப்படும் அபாயம் உண்டு என்பதால், இது ஓர் அவசர சிகிச்சை அளிக்கவேண்டிய பாதிப்பு.

- பொட்டில் வலி, (பொட்டில் தமனி வீங்கி, கைகளில் தடிமனாக அறியப்படும்).
- காய்ச்சல், பலவீனம், குளிர், எடை குறைதல், தசை மற்றும் மூட்டு வலிகள், தாடை இறுக்கம், பார்வை இழப்பு.
- ரத்தசோகை, வெள்ளை அணுக்களின் பெருக்கம் (Leukocytosis)

- ESR அதிகமாக இருத்தல்- சிவப்பணு வீழ்படிவு அளவுப் பரிசோதனை. மிகவும் முக்கியமானது.
- கல்லீரல் என்சைம்கள் அதிகரித்தல்/சி-ரியாக்டிவ் புரோட்டீன்.
- டெம்பொரல் தமனி பயாப்சி (திசுப் பரிசோதனை)- பாதிப்பை உறுதி செய்யும்.
- கார்டிகோ ஸ்டீராய்டு மருந்துகளை உடனே தொடங்குதல் அவசியம்
- சிகிச்சைத் தாமதத்தால் கண்பார்வை இழப்பு ஏற்படலாம் என்பதால், அதிகக் கவனம் தேவை.

தலைவலி குறைய சில எளிய டிப்ஸ்

1. நடத்தல், கழுத்து தலைப் பகுதிகளில் மசாஜ், சுவாசப் பயிற்சி (பிராணாயாமம்), ரிலாக்ஸேஷன் பயிற்சிகள்.

2. ஒரே வேலையைச் செய்யாமல், மாற்று வேலை செய்யலாம். உதாரணமாக, படிக்கும்போது தலைவலி என்றால், சிறிது தூரம் நடந்துவிட்டு வரலாம்.

3. எதிர்மறை எண்ணங்கள், பேச்சு இவற்றைத் தவிர்த்து, நம்பிக்கையுடன் வாழ்வை எதிர்நோக்குவது.

6. டிரைஜெமினல் நரம்பு வலி (TRIGEMINAL NEURALGIA)

ஐம்பது வயது மதிக்கத்தக்க ஒரு பெண்மணி. இடது கையால் தன் இடது தாடை மற்றும் கன்னப் பகுதியை அழுத்தியபடி, கண்ணில் நீருடன் கடுமையான வலியுடன் என்னிடம் சிகிச்சைக்கு வந்தார்.

“வலி தாங்கமுடியல டாக்டர். கத்தியால வெட்டுற மாதிரி, கீறின மாதிரி சுரீர்னு வலிக்குது” என்று பற்களைக் கடித்துக்கொண்டே சொன்னார்.

உடனிருந்த அவரது கணவர், “ஆரம்பத்தில் பல்வலி என்று இரண்டு, மூன்று பற்களை எடுத்துவிட்டோம். அப்படியும் வலி குறையவில்லை. பேசுவதற்கோ, தண்ணீர்

குடிப்பதற்கோ கூட வாயைத் திறக்கமுடியவில்லை. உணவை மென்றால், வலி இன்னும் அதிகமாகிறது. சிரிக்கக்கூட கஷ்டப்படுகிறார்கள்” என்று சொன்னார். அந்தப் பெண்மணி வலியால் துடித்தபடியே இருந்தார்.

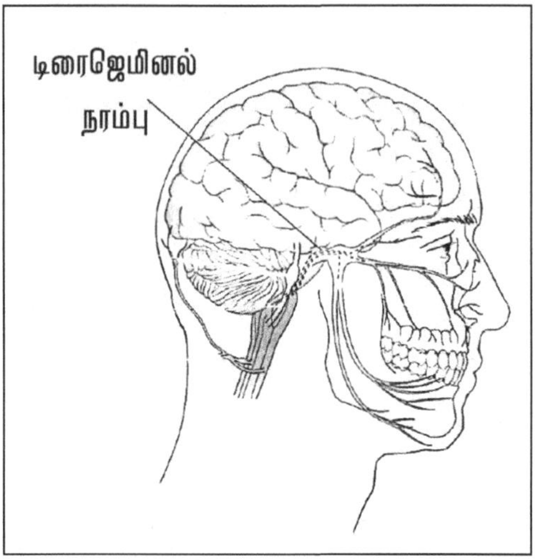

தலைப் பகுதியில், தலை மற்றும் முகம் சார்ந்த 12 ஜோடி நரம்புகள் உள்ளன. இவை, இடது மற்றும் வலது பக்கத்துக்கு ஒன்றாக அமைந்துள்ளன. அவற்றில், ஐந்தாம் நரம்பின் பெயர், டிரைஜெமினல் நரம்பு. இது, முகத்திலிருந்து உணர்ச்சிகளை மூளைக்கு எடுத்துச்செல்கிறது. கண், நெற்றிப்பகுதி (Ophthalmic), மூக்குக்கு இருபுறமும் உள்ள கன்னப்பகுதி (Maxillary) மற்றும் கீழ்த்தாடைப் பகுதி (Mandibular) என்று மூன்று பிரிவுகளாக இந்த நரம்பு வேலை செய்கிறது.

இதில் ஏதாவது ஒரு பிரிவு நரம்பு, தொடர்ந்தோ அல்லது விட்டுவிட்டோ வலிப்பதுதான், நாம் மேற்கண்ட பெண்மணியின் ‘வலி நோய்’ (NEURALGIA). பொதுவாக, இது ‘டிரைஜெமினல் நியூரால்ஜியா’ எனப்படும். அதாவது, டிரைஜெமினல் நரம்பு வலியின் வழக்கமான வெளிப்பாடு.

இந்தப் பாதிப்பு, ஆண்களைவிட பெண்களுக்கு அதிகமாக வரக்கூடியது.

பொதுவாகவே, இவ்வலிகளுக்குக் காரணம் கண்டறிய முடியாது. டிரைஜெமினல் நரம்பை, ஒரு சிறிய ரத்தக் குழாய் (தமனி) அழுத்துவதாலும், மூளைக்கட்டிகள் அழுத்துவதாலும் வரக்கூடும். ஆனால், இக்காரணங்கள் அரிதானவை.

வாய் மற்றும் தாடை அசைவுகளால் இவ்வலி ஆரம்பமாகும். பேசுதல், சிரித்தல், உணவை மெள்ளுதல் போன்ற அன்றாட விஷயங்களுக்கே வலியால் மிகவும் அவதிப்பட நேரும். ஒரே நாளில் பலமுறை இந்த வலி, திரும்பத் திரும்ப வந்துகொண்டே இருக்கும்.

50 சதவீதம் பேருக்கு, ஆறு மாதங்களில் இந்த நோய் தானாகவே குறைந்து, மறைந்துவிடும். மீதமுள்ளவர்களுக்கு, வலிப்புநோய் மருந்துகள் மூலம் வலியைக் கட்டுப்படுத்தலாம். சிலருக்கு, இந்த நரம்பில் சில மருந்துகளை ஊசி மூலம் செலுத்தி வலியைக் கட்டுப்படுத்தலாம்.

அறுவை சிகிச்சை மூலம் (காமா நைஃப் ரேடியோ முறை), டிரைஜெமினல் நரம்பு தொடங்கும் இடத்திலிருந்து ஏதாவது ஓரிடத்தில் (தேவைக்கேற்ப) செயலிழக்கச் செய்வதன்மூலம் வலியைக் கட்டுப்படுத்தலாம். இதன் பக்கவிளைவாக, முகம் மரத்துப்போகலாம்.

50 வயதுக்கு மேல் உள்ளவர்கள், சர்க்கரை நோய் உள்ளவர்கள் மற்றும் டிரைஜெமினல் நரம்பை அழுத்தும் தமனி/கட்டி உள்ளவர்களுக்குச் சிகிச்சை அளிப்பது என்பது மருத்துவர்களுக்கு இன்றளவும் ஒரு சவாலாகவே உள்ளது.

•

டிரைஜெமினல் நரம்பு வலி போலவே வரக்கூடிய மற்றுமொரு நரம்பு வலி, அக்கி (Herpes Zoster) பாதிப்பினால் வருவது. முகத்தில் எந்த நரம்புப் பகுதியில் அக்கி வருகிறதோ அங்கு, அக்கி குணமான பிறகு வலி தொடங்கி, ஆறு மாதம் முதல் ஒரு வருடம் வரை தொடரும். வயதானவர்கள், சர்க்கரை நோய் உள்ளவர்களுக்கு இந்த வலி அதிக நாள்களுக்கு இருக்கும்.

7. ‘சைனஸ்’ தலைவலியும் மூக்கு அலர்ஜியும்!

“என்ன, தலைவலி வரும்போது மூக்கு அடைக்குதா? இருமல், தும்மல் ஏதாவது...”

“உம்… எனக்கு ‘சைனஸ் ப்ராப்ளம்’ உண்டு டாக்டர்.”

இது, பெரும்பாலும் தினமும் நடக்கும் உரையாடல். ‘சைனஸ்’ பிரச்சினையால்தான் தனக்குத் தலைவலி வந்திருக்கிறது என்று உறுதியாக நம்புபவர்கள் நம்மிடையே அதிகம். மூக்குக்கு இருபுறமும் விரல்களால் அழுத்திக்கொண்டு, “இங்கேதான் டாக்டர் வலி. இப்படி அழுத்திக்கிட்டா, கொஞ்சம் பெட்டரா இருக்குது டாக்டர்” என்று சொல்லிப் புன்னகைப்பர்.

‘சைனஸ்’ என்பவை நம் கபாலத்தில் உள்ள (முன்பக்கம், முகம்சார்ந்த பகுதியில்) சிறு சிறு பொந்துகள். காற்றுப்பைகள் என்றும் சொல்லலாம். இவற்றில், காற்று மட்டும் இருக்கும்.

இவற்றில் ஏற்படும் அழற்சியினாலோ, நோய்த்தொற்றினாலோ, வீக்கம் வருவதும், நீர் அல்லது சீழ் தேங்குவதாலோ வருவதுதான் ‘சைனஸைடிஸ்’ என்ற பாதிப்பு. இந்தப் பாதிப்பால் ஏற்படும் முக மற்றும் தலைவலிகள், மைக்ரெய்ன் / டென்ஷன் தலைவலிகளைப்போல் நம்மை ஏமாற்றும் வாய்ப்புகள் அதிகம்.

அதுபோலவே, மைக்ரெய்ன் (ஒற்றைத் தலைவலி) அல்லது டென்ஷன் தலைவலிகளை ‘சைனஸ்’ தலைவலிதான் என்று கவனிக்காமல் சாதாரணாக இருப்பவர்களும் உண்டு.

நெற்றிப்பொட்டில் தலைவலி, மூக்கடைப்பு, கண்ணீர் வருதல்- இவை மைக்ரெய்ன் / சைனஸ் தலைவலி இரண்டுக்கும் பொதுவானவை. இதைப் பிரித்தறிவதுதான் மிகவும் முக்கியம்.

சைனஸ் பிரிவுகள்

மாக்ஸில்லரி சைனஸ்	:	கன்னங்களுக்கு அடியில் உள்ளது.
எதமாய்ட் சைனஸ்	:	மூக்குக்குப் பின்னால் உள்ளது.
ஸ்ஃபீனாட்டு சைனஸ்	:	தலைக்குள் உள்ளது. எட்டு வயதுக்குப் பிறகே இதில் காற்றுப் புக முடியும்.

ஃப்ரான்டல் சைனஸ் : கண்களுக்கு மேல், நெற்றிக்கு அடியில் உள்ளது.

மாக்ஸில்லரி / ஃப்ரான்டல் / ஸ்ஃபீனாய்டு சைனஸ்கள், அழற்சியினாலும் நோய்த்தொற்றாலும் அதிகமாகப் பாதிக்கப்படுபவை. மூக்கில் வரும் அலர்ஜி, நோய்த்தொற்று (பாக்டீரியா, வைரஸ்) இரண்டும், மிக விரைவில் இந்த இரண்டு சைனஸ்களிலும் பரவும்.

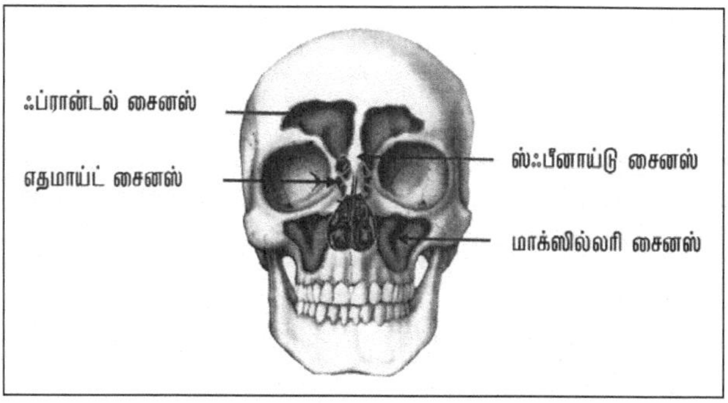

காற்று நிரம்பியுள்ள இந்த சைனஸ் பொந்துகள், மூக்கின் சுவாசப்பாதையுடன் இணைக்கப்பட்டுள்ளன. அதனால், நாம் சுவாசிக்கும்போது காற்று வெதுவெதுப்பாகவும் சிறிது ஈரத்தன்மையுடனும் மாற்றப்படுகிறது.

இந்தப் பொந்துகளின் சுவர்களில், சிறு சிறு செல்கள் பிரஷ் போன்ற அமைப்புடன் வரிசையாக ஒரு லைனிங்போல் அமைந்துள்ளன. அதன் மீதுதான் ‘ம்யூகஸ்’ (சளி போன்ற) திரவம் படிந்துள்ளது. இந்தச் சளி போன்ற திரவம், பிரஷ் போன்ற சிறு ரோமங்களால் தள்ளப்பட்டு மூக்குக்குள் செல்கின்றன. இது நின்றுவிட்டால், மூக்கிலிருந்து சளி வெளியேறாமல் சைனஸ் பொந்திலேயே தங்கிவிடும். இதனால், ‘மூக்கடைப்பு’, ‘சைனஸைடிஸ்’ உருவாகிறது!

சைனஸ் பொந்துகளின் துவாரங்கள் அடைபடுவதால், ம்யூகஸ் (சளி) உள்ளேயே தங்கி, அழற்சியும் நோய்த்தொற்றும் அதிகமாகி, அது ‘சைனஸைடிஸ்’ பாதிப்பாக மாறுகிறது.

சைனஸைடிஸ் உள்ளவர்களுக்கு, மூக்கடைப்பால் வாசனை அறிய முடியாமை, மூச்சுவிடுதலில் சிரமம், தலைவலி,

தும்மல், கண்களில் நீர் வடிதல், முகமும் தலையும் பாரமாகிவிடுதல், தொற்றின் வீரியம் சார்ந்து காய்ச்சல், சுவாசத்தில் துர்நாற்றம் ஆகியவை ஏற்படும்.

காலையில் தூங்கி எழும்போதே, இம்மாதிரித் தலைவலிகளும் மூக்கடைப்பும் ஒருவருக்கு சைனஸைடிஸ் உள்ளதைத் தெளிவாகக் காட்டிவிடும். மூக்கில் சளிஒழுகுதல், மேல்தாடையில் பல்வலி போன்றவையும் தோன்றக்கூடும்.

சைனஸ் தலைவலிகள் மிகவும் அழுத்தமானதாகவும் மிதமானதாகவும் இருக்கும். முகமும் தலையும் பாரமாகவும் இருக்கும்!

பரிசோதனைகள்

1. சாதாரண சைனஸ் எக்ஸ்ரே- இது, சைனஸ் பொந்துகளில் நீர் தங்கியுள்ளதையும், ஏதேனும் அடைப்புகள் இருந்தாலும் காட்டும்.
2. CT ஸ்கேன்- மிகச் சிறந்தது. சைனஸ் பொந்துகளின் சுவர்களின் தடிப்பு, காயங்கள், தேங்கியிருக்கும் நீர் மற்றும் சளி ஆகியவை தெளிவாகத் தெரியும். வைரஸ் அல்லது பாக்டீரியாவால் ஏற்பட்டுள்ள தொற்றும், அதனால் ஏற்படும் அழற்சியும் தெளிவாக இதில் தெரியும்.
3. Nasal Endoscopy- மூக்கின் வழியே செலுத்தப்படும் சிறு குழாயின் முனையில் உள்ள 'ஃபைப்ராப்டிக்' லென்ஸ் மூலம் மூக்கின் பாதை, சைனஸ் பொந்துகளின் துவாரங்களில்அடைப்பு,நோய்த்தொற்றுபோன்றவற்றைத் தெளிவாகக் காணலாம். 'சைனஸைடிஸ்' பிரச்சினையை எளிதாகவும் விரைவாகவும் உறுதியாகவும் கண்டறிய, இப்பரிசோதனை மிகவும் உதவும்.

மூக்கில் ஏற்படும் அலர்ஜி அல்லது அழற்சியினால்தான் சைனஸைடிஸ் தோன்றுகிறது என்பதால், இப்போது இவை 'ரைனோசைனஸைடிஸ்' (Rhinosinusitis) என்று அழைக்கப்படுகின்றன.

நான்கு வகைகள்

1. Acute: மிகக் குறுகிய காலத்தில் வரக்கூடியது. ஒரு நாள் முதல் 4 வாரம் வரை நீடிக்கும். முழுமையாகக் குணமடைந்துவிடும்.

2. Sub Acute: சுமார் 4 முதல் 12 வாரங்கள் வரை நீடிக்கக்கூடியது.

3. Recurrent: திரும்பத் திரும்ப வரும் சைனஸைடிஸ். ஒரு வாரம் நீடிக்கக்கூடிய சைனஸைடிஸ். ஒரு வருடத்தில் நான்கைந்து முறை வரக்கூடியவை.

4. Chronic: நீண்ட நாளைய சைனஸைடிஸ். 12 வாரம் அல்லது அதற்கும் மேலாக இருக்கக்கூடியது. இடையிடையே அதிகமாகக் கூடியது.

மூக்கின் நடுவே உள்ள சுவர் ஒருபக்கமாகச் சாய்ந்திருந்தாலும் சைனசைட்டிஸ் வரும். எந்தப் பக்கம் சாய்ந்திருக்கிறதோ அந்தப் பக்கம் தலைவலி வரும். சிறு அறுவை சிகிச்சை மூலம் இதனைச் சரிசெய்து விடலாம்.

சிகிச்சை

1. நோய்த்தொற்றுக்கான 'ஆன்டிபயாடிக்ஸ்' மருந்துகள்.

2. சைனஸ் பொந்துகளின் துவாரங்களின் அடைப்பை நீக்குதல்.

3. சைனஸ் பொந்துகளில் தேங்கியுள்ள நீர்/சளி இவற்றை அறுவை சிகிச்சை மூலம் வெளியேற்றுதல்.

4. சைனஸ் துவாரங்களை எப்போதும் திறந்த நிலையிலேயே வைத்திருத்தல்.

- முக்கியமாக, 'ஆவி பிடித்தல்'– நீராவி, உப்பு நீர் ஆவி போன்றவற்றைச் சுவாசிப்பதால், மூக்கடைப்பு நீக்கப்பட்டு, சைனஸ் துவாரங்கள் திறந்துகொள்ளும்.
- சிலவகை மருந்துகள் துவாரங்களின் வீக்கத்தைக் குறைத்து அவற்றைத் திறந்துவிடுகின்றன.
- ஆன்டிஹிஸ்டமின், அலர்ஜியைக் குறைக்கவும், சிறிதளவு ஸ்டீராட்டுகள், அழற்சிகளைக் குறைத்து துவாரங்களைத் திறக்கவும் உதவும்.

குறிப்பு

சைனஸ் தலைவலிகளை, மைக்ரெய்ன்/டென்ஷன் தலைவலிகளுடன் குழப்பிக்கொள்ளக் கூடிய வாய்ப்புகள் அதிகம். முறையான நோய்குறித்த வரலாறு, நோயாளியைப்

பரிசோதித்தல், தேவையான ரத்த மற்றும் எக்ஸ்ரே பரிசோதனைகள் போன்றவை, வந்திருப்பது எந்த வகைத் தலைவலி என்று பிரித்தறிய உதவும். அத்துடன், சரியான சிகிச்சை அளிக்கவும் வழிவகுக்கும்.

8. கண்களில் ஏற்படும் பாதிப்புகள்

இரவு மணி *9.30*... அன்றைய வேலை முடிந்து கிளினிக்கிலிருந்து வீட்டுக்குச் செல்லத் தயாராக நான். கைப்பேசி சிணுங்கியது. தெரிந்த குரல் ஒன்று அந்தப் பக்கமிருந்து பதற்றமாகக் கேட்டது. "ஒரு பத்து நிமிடம் டாக்டர், எங்க அப்பாவை உடனே நீங்க பாக்கணும், தலைவலியில் துடிக்கிறார். தயவு செய்து..." குரலில் ஒரு சோகம். சரியாகப் பதினைந்தாவது நிமிடம், தந்தையுடன் அந்தப் பெண்மணி வந்து சேர்ந்தார்.

தந்தைக்கு வயது சுமார் 70 இருக்கும். வாரம் இருமுறை வெளிநாடு செல்லும் 'பிஸினஸ்' பேர்வழி. முகத்தில் வலியின் ரேகைகளுடன் கண்மூடி என்முன் அமர்ந்திருந்தார். "ஒன்று முதல் பத்து வரை... ஒன்று வலியே இல்லை, பத்து மிக அதிகமான வலி. உங்கள் வலிக்கு நீங்கள் அளிக்கும் எண் என்ன?" என்றேன். "பத்துக்கு மேல் டாக்டர்!" என்றார். குரலிலேயே வலி தெரிந்தது. கையால் தலையையும், இடது கண் நெற்றிப் பொட்டையும் அழுத்திக்கொண்டிருந்தார்.

கிட்டத்தட்ட மூன்று வாரங்களாக மருத்துவ ஆலோசனைகள்... பிளட் பிரஷர், சர்க்கரை, கொலஸ்டிரால், இரண்டு வகை ஸ்கேன்கள், ரத்தக் குழாய்க்கான டெஸ்டுகள் எல்லாம் சரியாக இருந்தன. அவருடைய நரம்பு மண்டலமும் சரியாகவே இருந்தது. பதினைந்து நிமிடம் எல்லா ரிப்போர்ட்டுகளையும் பார்த்து சலித்துப் போனேன். 'இன்னும் அதி நவீன டெஸ்ட் ஒன்று எடுக்கவேண்டும்' என்று அந்த மருத்துவர் கூறவே, இவர்கள் மிரண்டுபோய் என்னிடம் வந்தார்கள்.

அவரைப் பரிசோதிக்க அவர் அருகில் சென்று, 'ஐயா... என்றேன். அவர் கண்களைத் திறந்தார். பொட்டில் அறைந்தாற்போல் தலைவலிக்கான காரணம் தெரிந்தது. "உடனே கண் மருத்துவரைப் பாருங்கள். இவருடைய கவனக்குறைவும், இவரது வலிக்கு ஒரு காரணம். உடனே செல்லுங்கள், இல்லையேல் விளைவு ஆபத்தாக முடியும்" என்றேன்.

இடதுகண்ணில் ‘கேடராக்ட்’ எனப்படும் ‘புரை’ விழுந்திருந்தது. வயதாவதால், கண் ‘லென்ஸ்’ புரையோடி, வெள்ளையாகிவிடுவதால் பார்வை குறைகிறது. ஓரளவு பழுத்தவுடன் (Mature) அறுவை சிகிச்சை மூலம் லென்ஸ் உருவப்பட்டு வேறு செயற்கை லென்ஸ் பொருத்தப்பட்டு பார்வை சரிசெய்யப்படும். இவரது கவனக்குறைவு மற்றும் நேரமின்மை காரணமாக லென்ஸ் பழுத்து, பெரிதாகி, கருவிழி மூலம் வெடித்துச் சிதறும் நிலையில் இருந்தது. இவரது வலிக்கான காரணமும் இதுவாகவே இருந்தது.

இரவோடிரவாக கண் மருத்துவரைப் பார்த்து, விடியற்காலை அறுவை சிகிச்சை மூலம் லென்ஸ் மாற்றப்பட்டது. தலைவலி மறைந்தது. நோயாளியும் தலைவலியின்றி தன் ‘பிஸினஸ்’ தொல்லைகளில் கரைந்துபோனார்.

இத்தகைய பாதிப்பு,

1. மிகவும் அரிதானது என்பதால் எளிதாக எடுத்துக் கொள்ளக்கூடாது. கூடுதல் கவனம் தேவை.
2. அறிவுக்குத் தெரியாதது, கண்களுக்குத் தெரியாது என்பது மருத்துவ விதி.
3. சிறிது கூடுதல் நேரம் நோயாளியுடன் செலவழிப்பது, செலவுகளையும், வேண்டாத பரிசோதனைகளையும் தவிர்க்கும் என்பதே யதார்த்தம்.

கண்களுக்கும் தலைவலிக்கும் தொடர்பு இல்லை. சிலர், தங்களது தலைவலிக்குக் கண்பார்வைக் கோளாறுதான் முக்கியக் காரணம் என்று நினைத்து, கண் பரிசோதனை செய்து கண்ணாடி அணிந்துகொள்வார்கள். அதனால், தலைவலியும் குறைந்துவிட்டதாகவும் நினைத்துக்கொள்வார்கள். ஆனால்,

- கண்பார்வைக் குறைபாடுகள்
- கண்களை அசைக்கும் தசைகளில் பாதிப்பு
- பார்வை நரம்பில் அழற்சி (Optic Neuritis)- இதற்கு, கண் பரிசோதனையும் உடனடி சிகிச்சையும் அவசியம்.
- கண்ணுக்குள் அழுத்தம் அதிகரித்தல் (கிளாகோமா)
- கண்களில் அழற்சி (வெண்படலம், கருவிழி கஞ்ஜங்டிவிடீஸ்)

- கண்களின் ரத்தக் குழாய்கள் அடைபடுதல்

இதுபோன்ற காரணங்களால் தலைவலி வரக்கூடும். என்றாலும், இது மிகவும் அரிது.

9. தலை, கழுத்துப் பகுதிகளில் காயம் ஏற்படுவதால் வரும் தலைவலி (Post Traumatic Headache)

சாலை விபத்துகளினாலோ, உயரத்திலிருந்து கீழே விழுவதனாலோ, தலை மற்றும் கழுத்துப் பகுதிகளில் காயம் ஏற்படுவது, புதியதாகத் தலைவலி தோன்றுவதற்குக் காரணமாகக்கூடும் அல்லது ஏற்கெனவே இருந்த தலைவலி இன்னும் அதிகரிக்கக் கூடும்.

காயங்களால் ஏற்படும் மூளை மற்றும் நரம்பு சம்பந்தமான பாதிப்புகள், மனதில் தோன்றும் இறுக்கம் மற்றும் படபடப்பு, மறதி, மனக்குழப்பம் போன்றவை, மொத்தமாக 'போஸ்ட் ட்ராமாடிக் ஸிண்ட்ரோம்' (தலைக் காயங்களால் ஏற்படும் விளைவுகள்) என்று அழைக்கப்படுகிறது. அதில்,

- தலைவலி (மைக்ரெய்ன், டென்ஷன், க்ளஸ்டர், கழுத்து சார்ந்த தலைவலி)
- மயக்கம், தலைச்சுற்றல்
- வாந்தி, வயிற்றைப் பிரட்டுதல்
- காதில் இரைச்சல், காது கேளாமை
- பார்வை மங்குதல்
- வாசனை தெரியாமை
- வெளிச்சம், சத்தம் ஒவ்வாமை
- பலஹீனம்
- அதிகத் தூக்கம்
- மறதி, கவனமின்மை
- பாலுணர்ச்சி குறைதல்
- கோபம், எளிதில் எரிச்சல் அடைவது
- படபடப்பு, மன இறுக்கம்

போன்றவை அடங்கும்.

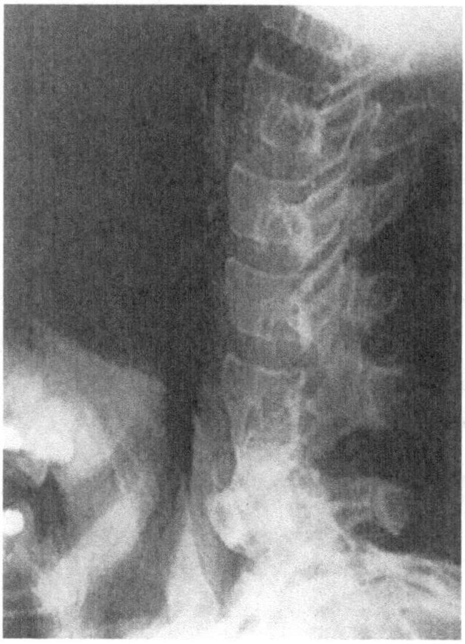

விபத்தால் கழுத்து மற்றும் நரம்புகளில் ஏற்பட்டுள்ள பாதிப்பு

- விபத்து போன்ற சம்பவங்களால் தலையில் காயம் ஏற்படலாம். அத்துடன், கழுத்து எலும்பும் நரம்புகளும் பாதிக்கப்படக்கூடும். பாதிக்கப்பட்ட கழுத்து எலும்புகளை முன்னும் பின்னும் அசைப்பதால், கழுத்துப் பகுதியில் உள்ள தண்டுவடமும், அதிலிருந்து கைகளுக்குப் பிரிந்து செல்லும் நரம்புகளும் பாதிக்கப்படும். தண்டுவடத்திலிருந்து நரம்புகள் முழுமையாகத் துண்டிக்கப்படும் (Avulsion) அபாயமும் உண்டு

- தலை அல்லது கழுத்தில் காயம்பட்டதிலிருந்து, முதல் ஏழு நாள்களுக்குள் ஏற்படும் தலைவலி, மூன்று மாதங்களுக்குள் தானாகவே சரியாகிவிடக் கூடும்.

- மூன்று மாதங்களுக்குள் தலைவலி சரியாகவில்லை என்றால், அவை நாள்பட்ட தலைவலியாகக் (Chronic Headache) கருதப்படும்.

- தலையில் காயம் படுவதால் வரக்கூடிய தலைவலிகள், குறிப்பாக டென்ஷன் வகைத் தலைவலியாகவே

இருக்கின்றன. இவ்வகைத் தலைவலிகள், நோயாளியின் மனநிலை, பயம், பணிச்சூழல் போன்ற காரணிகளால், அது ஒரு தொடர் பிரச்சினையாக மாறக்கூடிய வாய்ப்பு அதிகம்.

10. பல் பிரச்சினைகள்

சில நேரங்களில், பல் மற்றும் வாய்ப் பகுதியில் ஏற்படும் வலிகளை, பாதிக்கப்பட்டவர்கள் தலைவலியாக உணரக்கூடும். பல் சொத்தை, பல் மற்றும் ஈறுகளில் ஏற்படும் நோய்த்தோற்றுக்கு உடனடியாகப் பல் மருத்துவரிடம் சென்று சிகிச்சை பெறவேண்டும்.

11. பொது மருத்துவம் சார்ந்த தலைவலிகள்

சில நச்சுப் பொருள்களும், வளர்சிதை மாற்றங்களும், பொதுமருத்துவம் சார்ந்த நோய்களுக்கான தலைவலியை உருவாக்கக்கூடும். சாதாரண காய்ச்சல்கூட தலைவலியுடன் வரக்கூடும்.

அதுபோலவே, கார்பன் மோனாக்ஸைடு, செரடோனின் சுரக்கும் கட்டிகள், நீண்ட நாள்களாகச் செய்துவரும் டயாலிஸிஸ், ரத்தத்தில் சர்க்கரை அளவு குறைதல் (Hypoglycemic), பாரா-தைராய்டு சுரப்பிகளில் குறைபாடு, மதுப் பழக்கத்தைக் குறைக்க உதவும் டைஸல்ஃபிரம் மற்றும் இதயப் பாதிப்புக்குத் தரப்படும் மருந்துகள், தலைவலிக்குக் காரணமாக இருக்கலாம்.

நோயாளியின் வரலாறு, தலைவலியின் தன்மை, மற்ற பரிசோதனைகள் மூலம் தலைவலியின் காரண காரியங்களைத் தெரிந்துகொண்டு சிகிச்சை எடுத்துக்கொள்வது நல்லது.

12. ஹிப்னிக் தலைவலிகள் அல்லது இரவுத் தலைவலிகள் அல்லது தூக்கத் தலைவலிகள்

மைக்ரெய்ன், டென்ஷன் தலைவலி, கிளஸ்டர் தலைவலி போன்றவை தினமும் வரக்கூடிய தலைவலிகள். இவற்றுடன் 'ஹிப்னிக் தலைவலி'களும் வரக்கூடும்.

- இந்தத் தலைவலிகள் அரிதானவை. 35 முதல் 80 வயது வரை வரக்கூடும். ஆண்பெண் இருபாலருக்கும் வரும்.
- தூக்கத்தில் மட்டும், ஒரு குறிப்பிட்ட நேரத்தில் விழிக்கச் செய்யும்.

- தலையின் ஒருபக்கமாகவோ அல்லது இரண்டு பக்கமாகவோ வலிக்கும்.
- 15 நிமிடம் முதல் 6 மணி நேரம் வரை வலி நீடிக்கும்.
- இரவில் வரக்கூடிய தலைவலிக்கான மற்ற காரணங்களை / சாப்பிட்டுக்கொண்டிருக்கும் மருந்துகளை நிறுத்திவிடுவதால், இந்தத் தலைவலி வரலாம்.

டெம்போரல் தமனி அழற்சி, தூக்கத்தில் மூச்சடைப்பு, மூளையில் பிராணவாயு குறைதல், சில புற்றுநோய்க் கட்டிகள் போன்றவை காரணம் இல்லை என்பதை உரிய பரிசோதனைகள் மூலம் உறுதிசெய்துகொண்ட பிறகு, 'ஹிப்னிக் தலைவலி'க்கான காரணத்தைக் கண்டறிய வேண்டும்.

•

தட்பவெட்பநிலை மாறுதல்களால் வரக்கூடிய தலைவலி

மழைக்காலம் அல்லது கோடைக்காலத்தில் மட்டும் வரக்கூடிய தலைவலி. இதன் சரியான காரணம் தெரியவில்லை. தட்பவெட்பநிலை மாறுதலுக்கான மூளையின் எதிர்வினை, தலைவலியாக வரக்கூடும் என்பது ஒரு கருத்து.

தலைவலிக்கு வீட்டுக் கைவைத்தியங்கள்

1. லாவண்டர் எண்ணெய்: ஆவி பிடித்தல்/மசாஜ் செய்தல் (மைக்ரெய்ன் தலைவலிக்கு). இது, சைனஸ் தலைவலிக்கும் பலன் கொடுக்கும்.

2. பெப்பர்மின்ட் ஆயில்: டென்ஷன் தலைவலிக்கு முகர்ந்து பார்த்தல். இது, ரத்தக் குழாய்களை விரிவடைய அல்லது சுருங்கச் செய்து தலைவலியைக் குறைக்கும்.

3. பேஸில் என்ற கீரை வகையின் எண்ணெய்: டென்ஷன் தலைவலிக்குக் காரணமான தசை இறுக்கத்தைக் குறைக்க உபயோகப்படும்.

4. ஃபீவர்ஃபியூ என்ற மூலிகை: காய்ச்சலுக்கு உதவக்கூடியது. மைக்ரெய்ன் தலைவலி வராமல் தடுக்க உதவும்.

5. ஃப்லாக்ஸ் விதைகள் அல்லது ஆளி விதைகள்: இதில் ஒமேகா கொழுப்பு அமிலங்கள் அதிகம் உள்ளன. இது அழற்சியைக் குறைத்து தலைவலியைக் குறைக்கும்.

6. பக்வீட் (தானிய வகை): ஆன்டிஆக்ஸிடன்ட்ஸ் நிறைந்தது. தலைவலிக்கு நல்லது. அழற்சியைக் குறைக்கிறது.

7. வினிகர் ஒத்தடம், சுக்குப்பத்து, வெங்காயப்பத்து, கிராம்பு மற்றும் லவங்கப்பட்டைச் சாறு / களிம்பு உபயோகம்.

மேலே சொல்லப்பட்ட பல கை வைத்தியங்கள், காலம் காலமாக நமது வீடுகளில், நம் முன்னோர்களால் பயன்படுத்தப்பட்டு வந்துள்ளன என்பது நமது பாரம்பரியம், கலாசாரம், மருத்துவ ஞானம் ஆகியவற்றுக்குப் பெருமை சேர்க்கக்கூடியது.

13

தலைவலி பிற தகவல்கள்

மனிதனாகப் பிறந்த அனைவரும் ஏதோ ஒரு காலகட்டத்தில் ஒரு முறையாவது தலைவலியால் அவதிப்பட்டு இருக்கலாம். அது, காரணத் தலைவலியாகவோ அல்லது காரணம் இல்லாத் தலைவலியாகவோ இருக்கலாம்.

ஆனால், பெரும்பாலானவர்கள் அடிக்கடி தலைவலியால் அவதிப்படுபவர்களாகவே இருக்கிறார்கள். உலகில், மனிதர்கள் அதிக அளவில் பாதிக்கப்படக்கூடிய பிரச்சினைகளில் முதலாவது பல்வலி, இரண்டாவது தலைவலி. ஆக, தலைவலி என்பது ஒவ்வொரு மனிதனுடைய வாழ்க்கையின் ஓர் அங்கம் என்று உறுதிப்படுகிறது.

தலைவலியால்
மனிதர்கள் எந்த அளவுக்கு மனம் மற்றும் உடல் அளவில் பாதிக்கப்படுகிறார்கள் என்பது, பாதிக்கப்பட்டவர்களைக் கேட்டால்தான் தெரியும். அதே நேரத்தில், தலைவலிக்கான காரணத்தை அறிந்து அதற்கான சரியான சிகிச்சைகளையும் முன்னெச்சரிக்கை நடவடிக்கைகளையும் தடுப்பு முறைகளையும் மேற்கொள்ளும் பட்சத்தில், தலைவலியின் பாதிப்பிலிருந்து நிவாரணம் பெற முடியும்.

அதற்காக, தலைவலி பாதிப்பு உள்ளவர்கள் தாங்களாகவே சில நடவடிக்கைகளை எடுக்க வேண்டும். அவை:

1. நோயின் தன்மைகளை எழுதிக்கொள்ளவும்.
2. சொந்த வாழ்க்கையின் பிரச்சினைகளை (அலுவலகம், இல்லம், தனிப்பட்ட முறையிலான பிரச்சினைகள்) எழுதிக்கொள்ளவும்.
3. எடுத்துக்கொள்ளும் மாத்திரைகள்/மருந்துகள்/ வைட்டமின் மாத்திரைகள் பற்றிய விவரங்கள்.
4. கேட்க விரும்பும் கேள்விகள் (உ.ம்.)

- எனக்கு என்ன வகையான தலைவலி வருகிறது?
- தேவையான பரிசோதனைகள் என்ன? எதற்காக?
- என் தலைவலி சிறிது காலமே இருக்குமா அல்லது தொடர்ந்து
- நீடிக்குமா?
- சிகிச்சை முறைகள் எவை? எனக்கு எந்த வகை சிகிச்சை?
- எனக்கு உள்ள வேறு நோய்களுக்கும் இதற்கும் ஏதேனும் மாற்றங்கள் செய்ய வேண்டுமா?
- கட்டுப்பாடுகள் - உணவு/ தினசரி வேலைகள்/ பொழுதுபோக்கு போன்றவை.
- மாற்று மருந்துகள் அதன் பக்கவிளைவுகள்
- ஏதேனும் கையேடுகள், வலைத்தளங்கள்– இது குறித்து உள்ளனவா?

முதலில் உங்கள் தலைவலியைத் தெரிந்து கொள்ளுங்கள்

பொதுவாக உலகில் எல்லோருக்கும் ஏதோ ஒரு நேரத்தில் தலைவலி வந்து போகிறது! சாதாரண பள்ளிக் குழந்தைகள் முதல் மிகப்பெரிய நிறுவனங்களின் தலைமை அலுவலர்கள் வரை தங்களது பொறுப்புகளைத் தட்டிக் கழிப்பதற்குத் தேர்ந்தெடுக்கும் மிக எளிய சாக்கு, 'தலைவலி'.

ஆலோசனைக்காக மருத்துவரை அணுகும் முதல் மூன்று காரணங்களில் தலைவலியும் ஒன்று என்கிறது உலகச் சுகாதார நிறுவனம் (WHO). 18 வயது முதல் 65 வயது வரை, 50% முதல் 75% பேர்களுக்குத் தலைவலி வருகிறது. ஒற்றைத் தலைவலி (அ) மைக்ரெய்ன், இறுக்கம் சார்ந்த தலைவலி (அ) 'டென்ஷன்' தலைவலி – இவை இரண்டும் பரவலாகக் காணப்படும் தலைவலி வகைகள் – சுமார் 40%!

தலைவலி ஏற்படுவதற்குப் பல காரணங்கள் இருக்கின்றன. காரணமே தெரியாமலும் (மைக்ரெய்ன் போன்றவை) தலைவலிகள் உண்டாகக்கூடும். மைக்ரெய்ன் என்னும் ஒற்றைத் தலைவலி, டென்ஷன் தலைவலி, தலையில் கட்டி, சைனசஸ், கழுத்து நரம்புப் பிடிப்பு இவற்றால் வரும் தலைவலி மற்றும் பொது மருத்துவம் சார்ந்த தலைவலிகள் என ஒரு நீண்ட பட்டியலையே இந்தப் புத்தகத்தில் பார்த்தோம். தலைவலிக்கான காரணங்கள், பரிசோதனைகள், சிகிச்சை முறைகள் பற்றித் தெளிவாக இந்தப் புத்தகத்தில் குறிப்பிடப்பட்டுள்ளன.

பல்வேறு தலைவலிகளைப் புரிந்துகொள்ளும் வகையில், நோயாளிகளின் வார்த்தைகளிலேயே வலிகள் விவரிக்கப்பட்டுள்ளன.

50 சதவிகிதத்துக்கும் அதிகமான தலைவலிகள், மருத்துவ ஆலோசனை இன்றி, கை வைத்தியமாக, சுய சிகிச்சை

முறையிலேயே மக்களால் அணுகப்படுகின்றன. இது தவறானது மட்டுமல்ல, ஆபத்தானதும் கூட!

சிறப்பு மருத்துவர்களைத் தேடி வருபவர்களில் சுமார் 10% பேர், அதிக அளவில் தானாக வலி நிவாரண மாத்திரைகளை எடுத்துக் கொள்வதால் ஏற்படும், 'நீண்ட நாட்களாய், தினமும் வருகின்ற தலைவலி' (Chronic daily headache) நோயால் பீடிக்கப்படுகின்றனர். வலி நீக்க இவர்களாக உட்கொள்ளும் மருந்துகளே நாளடைவில் இவர்களுக்குத் தலைவலிகளை உண்டாக்குகின்றன.

வாழ்வின் அன்றாடப் பிரச்சினைகள், ஏற்ற இறக்கங்கள், பொதுவாழ்வின் சிக்கல்கள், மனித நேயமற்ற உறவுகள், உரிமைகள் போன்றவை ஏற்படுத்துகின்ற மன இறுக்கமும், எப்போதும் அலைகின்ற மனதின் படபடப்பு நிலையும் டென்ஷன் தலைவலிக்குக் காரணங்களாகின்றன. கணினியில் தொழில், கணினி விளையாட்டுகள், தொலைக்காட்சியின் தாக்கம், கைத் தொலைப்பேசி போன்றவை டென்ஷன் தலைவலிகளை அதிகப்படுத்துகின்றன.

தலைவலிக்கான வீட்டுக் கை வைத்தியங்கள், மைக்ரெய்ன் குறித்த கேள்வி – பதில்கள், காலைத் தலைவலிகள், மருத்துவரிடம் சந்தேகங்களைக் கேட்க வசதியாக, எடுத்துச்செல்ல வேண்டிய குறிப்புகள் என உபயோகமான பல தகவல்களை இந்த நூலில் பார்த்தோம்.

தலைவலிகளினால் நாம் இழக்கும் மனிதத் திறமைகளும், கால விரயங்களும் மனித மேம்பாட்டிற்கு மிகப்பெரிய தடைக் கற்களாய் உள்ளன என்பது வருத்தத்திற்குரிய செய்தி. சரியான நேரத்தில் தகுந்த மருத்துவ ஆலோசனையும் உரிய சிகிச்சையும் மேற்கொள்வது, தலைவலியிலிருந்தும், அதனால் ஏற்படுகின்ற பல இழப்புகளிலிருந்தும் நம்மைக் காப்பது உறுதி என்பது மகிழ்ச்சிக்குரிய செய்தி!